FULLKOMINN LEIÐARVÍSIR AÐ ELDA MEÐ SÍTRÓNUM

UPPGÖTVAÐU HINN LJÚFFENGA HEIM SÍTRÓNUMATREIÐSLU MEÐ 100 UPPSKRIFTUM SEM GEFA MUNNVATNI

Freyja Blöndal

Allur réttur áskilinn.

Fyrirvari

Upplýsingunum sem er að finna í þessari rafbók er ætlað að þjóna sem alhliða safn aðferða sem höfundur þessarar rafbókar hefur rannsakað. Samantektir, aðferðir, ábendingar og brellur eru einungis mælt með af höfundi og lestur þessarar rafbókar mun ekki tryggja að niðurstöður manns muni nákvæmlega endurspegla niðurstöður höfundar. Höfundur rafbókarinnar hefur lagt allt kapp á að veita lesendum rafbókarinnar núverandi og nákvæmar upplýsingar. Höfundur og félagar hans munu ekki bera ábyrgð á óviljandi villu eða vanrækslu sem kunna að finnast. Efnið í rafbókinni getur innihaldið upplýsingar frá þriðja aðila. Efni frá þriðja aðila samanstanda af skoðunum frá eigendum þeirra. Sem slíkur tekur höfundur rafbókarinnar ekki ábyrgð eða ábyrgð á efni eða skoðunum þriðja aðila. Hvort sem það er vegna framfara internetsins, eða ófyrirséðra breytinga á stefnu fyrirtækisins og leiðbeiningum um ritstjórn, getur það sem fram kemur sem staðreynd þegar þetta er skrifað orðið úrelt eða óviðeigandi síðar.

Rafbókin er höfundarrétt © 202 2 með öllum rétti áskilinn. Það er ólöglegt að endurdreifa, afrita eða búa til afleitt verk úr þessari rafbók í heild eða að hluta. Enga hluta þessarar skýrslu má afrita eða endursenda á nokkurn hátt afrita eða endursenda á nokkurn hátt án skriflegs og undirritaðs leyfis höfundar.

EFNISYFIRLIT

EFNISYFIRLIT 3
INNGANGUR 7
MORGUNMATUR 9
   1. Bökuð egg með sítrónu, rjóma og valmúafræjum 10
   2. Tvöfaldur sítrónu hollenskt barn 13
   3. Sítrónumuffins með kristölluðu engifer 16
   4. Sítrónu maísmjöl ricotta vöfflur 20
   5. Hindberjagrillaðar vöfflur 24
SALAT 27
   6. Rakað kúrbítsalat með sítrónu og marjoram 28
   7. Grænkál og Brussel með sítrónu-smjörvínaigrette 31
   8. Tómatar- og grænbaunasalat með sítrónuvínaigrette 34
   9. Sprungið hveiti og gulrótasalat með niðursoðinni sítrónu 37
HLIÐAR 40
   10. Ristað blómkál með sítrónu, steinselju og möndlum 41
   11. Smjörkenndar broddgeltakartöflur með sítrónu og kryddjurtum
   44
   12. Grillaðir maískolar með papriku-sítrónusmjöri 47
   13. Piparríkur sítrónu parmesan biscotti 50
   14. Sítrónu misóristað delicateta leiðsögn 53
GRÆNMETISÆTA 56
   15. Sítrónu-geitaostur gnocchi með skeljarbaunum 57
   16. Linsubaugsúpa með sítrónu, feta og dilli 61
   17. Aspas og sítrónu pestó pizza með reyktum mozzarella 65

18. Spaghetti með radicchio, ricotta og sítrónu-hvítlauksbrauðrasp 69

19. Sítrónudal með spínati og jógúrt 72

Aðalnáttur 75

20. Pönnusteikin lúða með sítrónubragði 76
21. Grillaðar lambakótilettur með sítrónu, súmak og za'atar 79
22. Meyer sítrónu risotto með dungeness krabba, estragon og crème fraîche 83
23. Cedar planka-grillaður lax með sítrónum 86
24. Grilluð flanksteik með kulnuðum sítrónu chimichurri 89
25. Steikt nautakjöt með niðursoðnum sítrónum og harissa 93
26. Brauð og kjúklingasalat með ristuðu sítrónu-sjalottlauksvínaigrette 96
27. Sítrónu parmesan kjúklingasúpa með kryddbollum 100
28. Appelsínugult graskerspönnukökur 105
29. Spínat tófú hrært 108
30. Chia hafrar yfir nótt 111
31. Brenndur gulrótarhummus 114
32. Torte með sítrónufyllingu 117
33. Ítölsk ostakaka 120
34. Sítrónuló 122
35. Reykt kjúklingabaunatúnfisksalat 124
36. Taílenskt kínóasalat 127
37. Tyrkneskt baunasalat 130
38. Grænmetis- og kínóaskálar 133
39. Quinoa kjúklingabauna búdda skál 136
40. Avókadó kjúklingabaunasamloka 139
41. Spíra með grænum baunum 141
42. Svínakjöt með spaghetti squash 143
43. Kryddaður quinoa falafel 146

44. Karabískt salt 'fiskur' 149
46. Skjótur Harissa kjúklingur og Tabbouleh 155
47. Harissa kjúklingur og marokkóskt kúskús 158
48. Rjómalöguð sítrónu- og timjankjúklingur 162
49. Kjúklingur og Chorizo Paella 165
50. Svefnuð túnfisksteik og sætar kartöflubátar 168
51. Fljótur kryddaður Cajun lax og hvítlaukur 172
52. Túnfiskpastasalat 175
53. Miðjarðarhafs Tyrkland Kjötbollur með Tzatziki 178
54. Auðvelt mexíkóskt kjúklingasalat 182
55. Tófú og spínat Cannelloni 185
56. Reykt kjúklingabaunatúnfisksalat 188
57. Taílenskt kínóasalat 191
58. Tyrkneskt baunasalat 194
59. Grænmetis- og kínóaskálar 197
60. Avókadó kjúklingasamloka 200
61. Spíra með grænum baunum 202
62. Svínakjöt með spaghetti squash 204
63. Kryddaður quinoa falafel 207

SÆLGÆTI 210

64. Lítil sítrónu marengs whoopie pies með sítrónu curd fyllingu
.... 211
65. Bestu sítrónustangirnar 214
66. Sítrónu- og valmúafræparfait með jarðarberjum 218
67. Súkkulaðifylltar sítrónumöndlumakkarónur 222
68. Sítrónusmákökur 226
69. Sítrónu súrmjólk panna cotta með brómberjum 229
70. Affogato með limoncello ís 232
71. Sítrónu crème brulée með lavender og hunangi 235
72. Ristað kókos-sítrónuterta 238
73. Meyer sítrónu- og mandarínólífuolíukaka 242

74. Sítrónumarengs-pistasíubaka 245
75. Pistasíulagkaka 249
76. Pistilkökuterta 253
77. Bláberja súrmjólksterta 256
78. Hirsi og kjúklingasalat 260
79. Quinoa grænmetissalat með sítrónuvínaigrette 264
80. Saffran risotto 268
81. Rækjur og pasta í sítrónurjómasósu 272
82. Klassískur heilbakaður kjúklingur 276
83. Rækja og grjón 280

DRYKKUR 286

84. Rósageranium límonaði 287
85. Jarðarberja sítróna agua fresca með basil 290
86. Sítrónumynta limonina 292
87. Heimabakað limoncello 295
88. Sítrónustangir fyrir fullorðna 297
89. Græn-og-sítrónuskot 299
90. Sítrónu rósmarín bygg vatn 301

KRYDDINGAR 303

91. Niðursoðnar sítrónur 304
92. Heimalagaður ricotta ostur 306
93. Lemon curd 308
94. Sítrónuchutney með döðlum og kóríander 311
95. Ólífuolía með sítrónu 314
96. Meyer sítrónu-greipaldinmarmelaði 316
97. Sæktar sítrónubönd 319
98. Hvítlauksbúgarðsdressing 322
99. Sítrusvínaigrette 324
100. Lemon curd 326

NIÐURSTAÐA .... ERROR! BOOKMARK NOT DEFINED.

KYNNING

Sítrónutré með gróskumiklum laufblöðum eru jafn algeng og sundlaugar í bakgarði í Kaliforníu, þangað sem við fluttum þegar ég var níu ára. Allt árið er loftið ilmandi af ilm þeirra, sérstaklega af þunnri húð, marigold-gulu Meyer sítrónunni. Það eru gróft húð, egglaga Eureka og Lissabon sítrónur líka, í tónum af fölgulum og grænum. En sólríkt útlit þeirra stangast á við það sem er að innan – ávöxtur sem er næstum ómögulegur að borða, eins og Pétur, Páll og María söngurinn segir: „Sítrónutré, mjög fallegt, og sítrónublómið er sætt, en ávöxtur fátæku sítrónunnar er ómögulegt að borða. ."

Óafsakandi sýra sítrónu - nógu skörp til að búa til hunangsseimgöng frá einum enda piparmyntustöngsins yfir á hinn - gefur ákafan ferskleika sem er jafn mikilvægur til að fá góðan bragð af matreiðslu þinni sem salt. Skvett af sítrónusafa lýsir upp bragðmikla rétti og gefur eftirréttum ótvírætt yfirbragð. Sítrónubörkur bætir kýla af sítrónubragði við allt frá ríkulegum geitaostsgnocchi og rjómalöguðu risottoi til maísmjölsvöfflur og ástsældar sítrónustangir. Heilar sítrónur - varðveittar, súrsaðar, maukaðar, saltaðar - verða ljúffengar kryddjurtir, súrleiki þeirra dregur úr álíka djörfum bragði Miðausturlanda og Suðaustur-Asíu. Strimlar af sítrónuberki skreyta kokteila og fylla innihaldið í kraumandi pottum með öflugum sítrónukjarna. Þó ég sé staðráðinn í því að elda fyrst og fremst með hráefnum sem vaxa nálægt og eru á tímabili, mun ég gera undantekningu fyrir sítrónur án þess að hika.

Morgunmatar

1. Bökuð egg með sítrónu, rjóma og valmúafræjum

GERIR 4 SKÓMA

Hráefni

6 tsk ólífuolía með sítrónu, extra virgin ólífuolía eða brætt smjör, skipt

1 meðalstór skalottur, smátt saxaður, skipt

2 matskeiðar fínt rifinn sítrónubörkur, skipt

1 eyri parmesanostur, fínt rifinn (um ½ bolli), skipt

¾ bolli þungur rjómi, skipt

Kosher salt

8 egg, við stofuhita

2 tsk valmúafræ, skipt

4 tsk fínt saxaður ferskur graslaukur, skipt niður

LEIÐBEININGAR

Forhitaðu ofninn í 350 gráður F.

Húðaðu botninn og hliðarnar á 4 ofnheldum ramekins eða bökunarréttum vandlega, notaðu 1½ teskeið af olíu fyrir hvern. Setjið ramekins á bökunarplötu með hliðum (til að auðvelda að flytja þær inn og út úr ofninum).

Skiptið skalottlaukanum á milli ramekinanna, bætið ekki meira en 2 tsk í hvert fat. Bætið 1½ tsk af börknum og 1 msk af osti í hvern ramekin, hyljið með 1 msk af rjómanum og kryddið með klípu af salti.

Brjótið 2 egg varlega í hvern rétt, byrjið á nýju ef eggjarauðan brotnar. Hellið 2 matskeiðum af rjómanum sem eftir er yfir hverja eggjarauðu og stráið 1 matskeið af ostinum sem eftir er, ½ tsk valmúafræ og smá salti yfir. Bakið í 10 til 12 mínútur, eða þar til eggin hafa aðeins stífnað. Skreytið hvert egg með 1 tsk af graslauknum og berið fram strax.

2. Tvöfaldur sítrónu hollenskt barn

GERIR EINA 10-tommu pönnuköku

Hráefni

1 bolli óbleikt alhliða hveiti

1 matskeið kornsykur

Ríkuleg klípa af kosher salti

Fræ frá 4 til 5 grænum kardimommum

4 egg

1 bolli nýmjólk

1 msk fínt rifinn sítrónubörkur

$\frac{1}{4}$ bolli ($\frac{1}{2}$ stafur) ósaltað smjör

$\frac{1}{4}$ bolli konfektsykur

2 matskeiðar nýkreistur sítrónusafi

LEIÐBEININGAR

Forhitaðu ofninn í 425 gráður F og settu grind í miðjum ofninum.

Hrærið saman hveiti, kornsykri og salti í lítilli skál. Fínmalið kardimommufræin með mortéli og stöpli eða hreinni kaffikvörn og bætið út í þurrefnin. Setja til hliðar.

Í stórri skál, þeytið eggin létt saman við mjólkina og börkinn. Bætið þurrefnunum saman við og þeytið létt þar til það er blandað saman. Deigið þarf ekki að vera alveg slétt, en passið að það séu ekki stórir hveitiklumpar.

Bræðið smjörið í meðalstórri (10 tommu) steypujárnspönnu yfir miðlungsháum hita, hrærið pönnuna af og til þar til smjörið er mjög heitt og froðukennt og næstum farið að brúnast. Hellið deiginu strax út í og setjið pönnu inn í ofn. Bakið í 20 mínútur, eða þar til brúnirnar eru orðnar bylgjur og brúnar og miðjan á pönnukökunni hefur blásið upp. Takið pönnuna úr ofninum, stráið pönnukökunni jafnt yfir sykurtegundina og setjið hana aftur í ofninn í 2 til 3 mínútur í viðbót. Stráið sítrónusafanum yfir og berið fram strax.

3. Sítrónumuffins með kristölluðu engifer

GERIR 1 TUFT MUFFINS

Hráefni

1¾ bollar óbleikt alhliða hveiti

2 tsk lyftiduft

¾ teskeið kosher salt

½ tsk matarsódi

1 lítil sítróna með þunnri hörund

10 matskeiðar (1¼ prik) ósaltað smjör, við stofuhita

1 bolli sykur

2 egg

1 tsk vanilluþykkni

1 bolli nýmjólk grísk jógúrt

½ bolli auk 3 matskeiðar gróft saxað sykrað engifer, skipt

FYRIR GLÍAN:

½ bolli sælgætissykur

1 matskeið auk 1 teskeið nýkreistur sítrónusafi

LEIÐBEININGAR

Forhitið ofninn í 350 gráður F. Klæðið venjulegt 12 bolla muffinsform með pappírsfóðrum eða smjöri létt og stráið hveiti yfir því.

Hrærið saman hveiti, lyftidufti, salti og matarsóda í lítilli skál. Setja til hliðar.

Snyrtu blóma- og stilkenda sítrónunnar, fjarlægðu nægilega mikið af börk sem kvoða sýnir, helmingaðu það síðan. Kreistið hvern helming varlega yfir skál til að losa fræin og fjarlægið hluta af safanum áður en helmingarnir eru skornir í smærri bita, fjarlægið öll fræ eftir því sem þú ferð. Setjið bitana og safann í blandara eða skál matvinnsluvélar og vinnið þar til stærstu bitarnir eru á stærð við hrísgrjónakorn. Setja til hliðar.

Þeytið smjörið og sykurinn á miðlungs-háum hraða í skálinni á hrærivélarvélinni sem er með hjólafestingunni eða með því að nota handþeytara, þeytið smjörið og sykurinn þar til létt og loftkennt, um það bil 5 mínútur. Skafið hliðar skálarinnar með spaða, minnkið svo hraðann niður í miðlungs og bætið eggjunum út í einu í einu og hrærið þar til þau eru vel sameinuð. Bætið vanillu út í og þeytið í nokkrar sekúndur.

Bætið við þriðjungi af þurrefnunum og blandið saman á lágum hraða, aukið svo hraðann í miðlungs og blandið í 1 mínútu. Bætið helmingnum af jógúrtinni út í og blandið stuttlega saman til að blandast saman við. Bætið helmingnum af þurrefnunum sem eftir eru út í og blandið saman á lágum hraða áður en hraðinn er aukinn í miðlungs í 1 mínútu. Endurtaktu með restinni af jógúrtinni og þurrefnunum. Skafið botninn og hliðarnar á skálinni með spaða og blandið söxuðu sítrónunni saman við og ½ bolla af sykursætu engiferinu. Notaðu ísskeið til að dreifa deiginu jafnt á milli tilbúnu muffinsbollanna.

Bakið í 35 til 45 mínútur, eða þar til muffinsin snerta aftur. Færið yfir á vírgrind til að kólna alveg áður en það er glasað.

Til að búa til gljáann, blandið saman sykri og sítrónusafa sælgætisgerðanna í lítilli skál með gaffli þar til það er slétt. Setjið lítið magn á hverja muffins, dreifið því aðeins með bakinu á skeiðinni. Saxið þær 3 msk sem eftir eru af kristallað engifer smátt og stráið því yfir muffinsin.

4. Sítrónu maísmjöl ricotta vöfflur

GERIR UM 1 TUFT 4-tommu belgískar vöfflur, EÐA SEXTÁN 3-tommu pönnukökur

Hráefni

2 bollar óbleikt alhliða hveiti

¼ bolli maísmjöl

¼ bolli sykur

2 tsk lyftiduft

1 tsk kosher salt

Örlítil ½ tsk nýrifinn múskat

½ tsk matarsódi

1 bolli nýmjólk

⅓ bolli nýkreistur sítrónusafi (úr 2 meðalstórum sítrónum)

2 msk smátt saxaður sítrónubörkur (frá 2 meðalstórum sítrónum)

2 egg

¼ bolli (½ stafur) auk 2 matskeiðar ósaltað smjör, brætt og kælt, skipt

¾ bolli heimagerður Ricotta ostur eða keyptur í búð

1 tsk vanilluþykkni

LEIÐBEININGAR

Forhitið ofninn í 200 gráður F. Forhitið vöfflujárnið samkvæmt leiðbeiningum framleiðanda.

Hrærið saman hveiti, maísmjöli, sykri, lyftidufti, salti, múskati og matarsóda í stórri skál. Þeytið mjólk, sítrónusafa og -börk og egg í meðalstórri skál og þeytið síðan ¼ bolla af smjörinu út í. Bætið blautu hráefnunum við þurrt, blandið aðeins þar til það er rakt. Það er allt í lagi ef einhverjir kekkir eru eftir. Í lítilli skál, brjótið upp allar klumpar af ricotta með gaffli og blandið vanillu út í. Blandið ostinum varlega saman við deigið með því að nota spaða. Ekki ofblanda; deigið getur verið þykkt og svolítið kekkt.

Húðaðu vöfflujárnið létt með þeim 2 msk smjöri sem eftir eru. Hellið nægilega miklu deigi í vöfflujárnið til að það hylji ristina (um það bil ⅓ bolli). Lokaðu og eldaðu samkvæmt leiðbeiningum framleiðanda þar til gullbrúnt, um það bil 2 til 3 mínútur. Flyttu soðnar vöfflur yfir á ofnplötu til að halda hita á meðan þú gerir afganginn.

Ef þú ert að búa til pönnukökur skaltu hjúpa pönnuköku létt með smjöri og bræða smjörið við meðalhita. Vinnið í lotum, hellið ¼ bolla af deigi á pönnuköku á pönnu. Eldið þar til yfirborðið er freyðandi og brúnirnar eru örlítið þurrar, um 4 mínútur. Snúðu og eldaðu þar til botninn er gullinbrúnn, aðrar 3 til 4 mínútur. Flyttu eldaðar pönnukökur yfir á ofnplötu til að halda hita.

Vegna þess að upphitaðar vöfflur bragðast alveg eins vel og þær heitu af vöfflujárninu, set ég venjulega saman og baka heilan skammt, jafnvel þó þær ferskar séu bara fyrir tvo. Látið auka vöfflurnar kólna alveg, setjið þær í Ziploc frystipoka og frystið í allt að 2 mánuði. Til að fá smá morgunverðargjöf, skellið frosnum vöfflum (ekki þörf á að þiðna) í brauðrist eða brauðrist þar til þær eru heitar og stökkar. Til að hita upp stærri lotu skaltu stökkva þær í 350 gráður F ofni í um það bil 10 mínútur.

5. Hindberjagrillaðar vöfflur

GERÐIR: 2
HEILDARTÍMI : 10 mínútur

HRÁEFNI

VÖFFLURNAR

- 1/2 bolli möndlumjöl
- 2 matskeiðar hörfræmjöl
- 1/3 bolli Kókosmjólk
- 1 tsk vanilluþykkni
- 1 tsk lyftiduft
- 2 matskeiðar sætuefni
- 7 dropar af Liquid Stevia

FYLLINGIN

- 1/2 bolli hindber
- Börkur af 1/2 sítrónu
- 1 matskeið sítrónusafi
- 2 matskeiðar Smjör
- 1 matskeið sætuefni

LEIÐBEININGAR

a) Blandið öllum vöffluhráefnunum saman í stóra blöndunarskál .

b) Forhitið vöffluvél og hellið deiginu út í .

c) Látið það elda þar til ljósið verður grænt eða gufustigið fer niður í öruggt stig.

d) Takið vöfflurnar úr ofninum og setjið þær til hliðar til að kólna aðeins.

e) Hitið smjör og sælgæti á pönnu á eldavélinni. Bætið hindberjum, sítrónusafa og sítrónuberki út í. Hrærið þar til það þykknar þannig að það líkist sultu.

f) Setjið hindberjafyllingu á milli tveggja vöffluna og setjið á pönnu og steikið í 1-2 mínútur á hvorri hlið.

SALÖT

6. Rakað kúrbít salat með sítrónu og marjoram

GERIR 4 TIL 6 SKÓMA

Hráefni

1½ pund (um 3 til 4 litlir) kúrbít, þunnt sneið langsum á mandólíni eða með grænmetisskeljara

2 tsk kosher salt

3 matskeiðar nýkreistur sítrónusafi

1 lítill skalottur, þunnt skorinn á mandólín eða smátt saxaður

1 msk fínt rifinn sítrónubörkur

¼ bolli extra virgin ólífuolía

1 msk fínt saxuð fersk marjoram

Pecorino Romano ostaspænir, til skrauts (valfrjálst)

LEIÐBEININGAR

Í sigti sem situr yfir skál eða í vaskinum skaltu sameina kúrbítsböndin og saltið. Hrærið vel til að húða tæturnar og setjið til hliðar í 10 mínútur. Eftir 10 mínútur skaltu safna kúrbítnum í nokkra stóra handfylli og kreista varlega hluta af rakanum úr hverjum.

Blandið sítrónusafanum saman við skalottlaukana og smá klípu af salti í stórri skál. Bætið berkinum saman við og hrærið olíunni út í í hægum, jöfnum straumi. Hrærið marjoram út í og bætið kúrbítsböndunum út í skálina, hrærið til að þeir hjúpa jafnt. Berið fram strax, toppað með ostaspænunum.

7. Grænkál og Brussel með sítrónu-smjörvínaigrette

GERIR 4 TIL 6 SKÓMA

Hráefni

2 lítil knippi lacinato grænkál (um 1 pund), stilkar fjarlægðir og blöð skorin í þunnar tætlur

8 aura rósakál (um 12 til 16), helmingaður og þunnt sneið

¼ lítill rauðlaukur, þunnar sneiðar

½ bolli (1 stafur) ósaltað smjör, skorið í litla bita

FYRIR VINAIGRETTAN:

¼ bolli hvítvínsedik

⅓ bolli nýkreistur sítrónusafi (úr 2 meðalstórum sítrónum)

1 matskeið smátt saxaður sítrónubörkur

2 matskeiðar smátt saxaður skalottlaukur

Klípaðu kosher salt

¼ bolli extra virgin ólífuolía

1 matskeið hunang

Nýmalaður svartur pipar

1 stíft, þroskað avókadó, skorið og skorið í teninga

¼ bolli ristað sólblómafræ

LEIÐBEININGAR

Í stórri skál, blandaðu saman grænkálinu, rósakálinu og lauknum. Setjið salatið til hliðar á meðan þið brúnið smjörið.

Í lítilli, ljósri pönnu sem gerir þér kleift að sjá litinn á smjörinu, bræddu smjörið við meðalhita, hrærðu því af og til til að tryggja að það bráðni jafnt. Það mun byrja að freyða og breyta um lit, úr ljósgulum yfir í gullbrúnt í aðeins dekkri, brauðbrúnan sem lyktar hnetukenndan. Takið pönnuna af hellunni og setjið innihaldið yfir í litla hitaþolna skál. Mjólkurfastefnið mun hafa sest á botninn á pönnunni og brúnast; skilja eftir eins mikið af því seti og hægt er. Setjið smjörið til hliðar.

Blandið edikinu og sítrónusafanum saman við börkinn, skalottlaukana og stóra klípu af salti í miðlungs óvirkri skál. Þeytið olíuna út í heitt smjörið og bætið hunanginu út í. Dreypið blöndunni hægt út í edikið og sítrónusafann, þeytið stöðugt, þar til vínaigrettan er fleyti. Athugaðu kryddið og bætið við salti og pipar eftir smekk.

Bætið um $\frac{1}{4}$ bolla af volgu vinaigrettunni við grænmetið og nuddið það með höndunum þar til það mýkist aðeins og finnst það minna hrátt. Haltu áfram að bæta við víneigrettunni, nokkrum matskeiðum í einu, þar til grænmetið er vel klætt en ekki blautt (geymið auka víneigrettuna til annarra nota). Bætið avókadóinu og sólblómafræjunum út í, blandið saman og berið fram strax.

8. Tómatar og grænbaunasalat með sítrónuvínaigrette

GERIR 8 SKÓMA

Hráefni

FYRIR VINAIGRETTAN:

1 matskeið auk 1½ tsk fínt saxaður skalottur

3 matskeiðar nýkreistur sítrónusafi

Klípaðu kosher salt

1 matskeið Dijon sinnep

2 tsk hunang

½ bolli extra virgin ólífuolía

6 matskeiðar gróft saxaðar mjúkar kryddjurtir eins og steinselja, basil, estragon og graslauk

1½ tsk fínt rifinn sítrónubörkur

½ varðveitt sítróna eða keypt í búð, holdi fargað og afhýðið smátt saxað

Nýmalaður svartur pipar

2 lítrar blandaðir kirsuberjatómatar, helmingaðir

1½ pund grænar baunir, snyrtar

2 aura ricotta salata ostur, rakaður með grænmetisskrælara

LEIÐBEININGAR

Til að búa til vínaigrettuna, blandaðu skalottlaukum og sítrónusafa saman við saltið í lítilli, óvirkri skál. Setjið til hliðar í 10 mínútur til að leyfa skalottlaukunum að mýkjast og sættast aðeins. Bætið síðan sinnepi og hunangi út í og hellið olíunni rólega út í, þeytið stöðugt, þar til vínaigrettan er fleyti. Hrærið kryddjurtunum, sítrónuberkinum og niðursoðinni sítrónu saman við og kryddið eftir smekk með salti og pipar.

Í meðalstórri skál skaltu henda tómötunum með ½ bolla vinaigrette og setja til hliðar til að marinerast í að minnsta kosti 20 mínútur, eða þar til þú ert tilbúinn að bera fram salatið.

Á meðan tómatarnir marinerast skaltu koma upp suðu í potti með ríkulegu söltu vatni. Eldið baunirnar þar til þær eru aðeins mjúkar, um það bil 4 mínútur. Tæmið þær í sigti og kælið baunirnar með því að renna þeim stuttlega undir köldu vatni. Dreifið þeim á bökunarplötu klædda hreinu handklæði. Setjið til hliðar þar til það er alveg kólnað og þurrt.

Rétt áður en borið er fram skaltu bæta baununum og ricotta salata spænunum við tómatana og vínaigrettuna. Hrærið saman til að sameina innihaldsefnin, bætið við afganginum af vínaigrettunni og kryddið eftir smekk með auka salti og pipar. Marinerið í 10 mínútur áður en það er borið fram.

9. Sprungið hveiti og gulrótarsalat með niðursoðinni sítrónu

GERIR 4 TIL 6 SKÓMA

Hráefni

1 bolli sprungið hveiti

1 tsk kosher salt

½ niðursoðin sítróna eða keypt í búð

⅓ bolli extra virgin ólífuolía

2 til 3 matskeiðar nýkreistur sítrónusafi (fer eftir því hversu sítrónuríkur þú vilt dressinguna þína)

2 tsk gróft saxaður hvítlaukur

¾ tsk kúmenfræ, ristuð og möluð

3 gulrætur, þunnar sneiðar (um það bil 2 bollar)

⅓ bolli rifsber

3 rauðlaukur, hvítir og ljósgrænir hlutar, þunnar sneiðar

Nýmalaður svartur pipar

1 bolli léttpakkað gróft söxuð flatblaða steinselja

LEIÐBEININGAR

Í þungri pönnu með þéttloku loki, setjið sprungið hveiti og saltið með 2 bollum af vatni. Látið suðuna koma upp í vatnið og lækkið hitann niður í suðu. Lokið og haltu áfram að elda við lægsta hita, hrærið af og til, þar til hveitið er mjúkt en samt skemmtilega seigt, 20 til 25 mínútur. Tæmið allt vatn sem eftir er.

Á meðan hveitið er að eldast skaltu skilja kvoða varðveittu sítrónunnar frá hýðinu, fjarlægja fræin og bæta kvoðu í blandara. Skerið hýðið smátt og geymið það. Bætið olíunni, sítrónusafanum, hvítlauknum og kúmenfræjunum út í og blandið þar til það er slétt.

Setjið sprungið hveiti í stóra skál ásamt gulrótum, rifsberjum og rauðlauk til að leyfa heitu kornunum að mýkja hin hráefnin aðeins. Bætið við helmingnum af vínaigrettunni og afteknum sítrónuberki. Hrærið vel til að blanda vínaigrettunni saman við. Smakkið til á salatinu og bætið við meiri vinaigrette ef það er ekki nógu bragðgott. Látið salatið sitja í 15 mínútur, smakkið til aftur og bætið við pipar eftir smekk og meira vínegrette ef þarf (geymið auka dressingu til annarra nota). Bætið steinseljunni út í rétt áður en hún er borin fram.

HLIÐAR

10. Ristað blómkál með sítrónu, steinselju og möndlum

GERIR 4 SKÓMA

Hráefni

1 (2 pund) höfuð blómkál, skorið í litla blóma með V-tommu eða minna af stilk

⅓ bolli sneiddar möndlur eða furuhnetur

5 matskeiðar extra virgin ólífuolía, skipt

1½ tsk kosher salt

1 lítill hvítlauksgeiri, fínt rifinn eða saxaður

1 msk fínt rifinn sítrónubörkur

3 matskeiðar nýkreistur sítrónusafi

1 bolli léttpakkuð flatlauf steinseljublöð, grófsöxuð

Nýmalaður svartur pipar

LEIÐBEININGAR

Notaðu matvinnsluvél með annaðhvort raspfestingunni eða blaðinu, rífðu eða pulsaðu blómkálið í lotum þar til það líkist kúskúskornum. Þú ættir að hafa um 4 bolla. (Þú getur líka notað hníf til að skera í teninga, sem brotna auðveldlega í mjög litla bita þegar þú ferð.)

Ristið möndlurnar á stórri, breiðri pönnu yfir miðlungs hita, hrærið oft þar til þær lykta af hnetum og eru gullinbrúnar, um það bil 7 mínútur. Setjið hneturnar til hliðar og þurrkið af pönnunni. Hitið 3 matskeiðar af olíunni við meðalháan hita. Þegar olían er orðin heit skaltu bæta við blómkálinu og salti. Steikið, hrærið oft, þar til blómkálsbitarnir eru ristaðir og mjúkir, 12 til 15 mínútur.

Takið pönnuna af hellunni og bætið strax við hvítlauknum og börknum, hrærið vel til að dreifa bragðinu út um allt. Eftir að blandan hefur kólnað örlítið skaltu bæta við 2 matskeiðum olíu sem eftir eru, sítrónusafa, möndlum og steinselju. Kryddið með salti og pipar til viðbótar og leyfið blómkálinu að sitja í að minnsta kosti 15 mínútur, að hluta til, til að bragðið þróast. Það er frábært við stofuhita eða hægt að hita það í stutta stund yfir miðlungsháan hita áður en það er borið fram.

11. Smjörkenndar broddgeltakartöflur með sítrónu og kryddjurtum

GERIR 6 TIL 8 SKÓMA

Hráefni

½ bolli (1 stafur) ósaltað smjör, við stofuhita

3 matskeiðar fínt söxuð fersk steinselja

1½ msk fínt rifinn sítrónubörkur (úr 2 litlum sítrónum)

1 msk fínt saxuð fersk marjoram

1 msk fínt saxaður ferskur graslaukur

2 lítil hvítlauksrif

1 tsk kosher salt

2 matskeiðar nýkreistur sítrónusafi

20 eggjastærðar Yukon Gold eða Red Bliss kartöflur (um 4 pund)

2 matskeiðar ólífuolía með sítrónu eða ólífuolíu

Nýmalaður svartur pipar

½ sítróna

LEIÐBEININGAR

Blandið smjörinu saman við steinselju, sítrónubörk, marjoram og graslauk í lítilli skál.

Saxið hvítlaukinn gróft og stráið salti yfir. Haltu áfram að saxa hvítlaukinn með salti, haltu hnífnum í 30 gráðu horn að skurðarbrettinu og dragðu hann yfir hvítlauks- og salthrúguna til að búa til deig. Bætið hvítlauksmaukinu og sítrónusafanum við smjörið og notið gaffal eða bakið á skeið til að blanda því saman við. Flyttu smjörið yfir í plastfilmu og mótaðu það í stokk sem er 1 tommur í þvermál. Kælið þar til það er stíft, um 30 mínútur.

Forhitið ofninn í 425 gráður F.

Notaðu tréskeið til að vagga kartöflunni, skerðu kartöflurnar þvers og kruss, skera niður á ¼ tommu fresti. (Sköðin kemur í veg fyrir að þú skerir alla leið í gegnum og aðskilur sneiðarnar hver frá annarri.)

Setjið kartöflurnar í ofnpönnu og penslið þær yfir með olíunni. Stráið þeim létt yfir salti og pipar og bakið í 30 mínútur, eða þar til sneiðarnar eru farnar að blása aðeins út og skiljast hver frá annarri. Taktu pönnuna úr ofninum og notaðu skurðarhníf til að ýta í sundur allar sneiðar sem festast hver við aðra. Settu litla mynt — eða 2, eftir stærð kartöflunnar — af smjöri ofan á hverja kartöflu, þrýstu varlega niður til að hvetja hana til að bráðna niður á milli sneiðanna; þú átt smá smjör eftir. Bakið kartöflurnar í 30 mínútur í viðbót, stráið þær af og til með smjörinu í botninum á pönnunni. Þeir eru tilbúnir þegar topparnir eru örlítið brúnir og stökkir og miðjurnar eru mjúkar þegar þær eru stungnar í gegnum skurðarhníf. Kreistið sítrónuhelminginn yfir kartöflurnar og berið fram strax.

12. Grillaðir maískolar með papriku-sítrónusmjöri

GERIR 6 SKÓMA

Hráefni

½ bolli (1 stafur) ósaltað smjör

1 msk fínt rifinn sítrónubörkur

1 hvítlauksgeiri, fínt rifinn

3 matskeiðar nýkreistur sítrónusafi

½ tsk reykt paprika

1½ tsk kosher salt

6 eyru ferskur maís

3 matskeiðar gróft saxað ferskt kóríander

LEIÐBEININGAR

Í lítilli, ljósri pönnu sem gerir þér kleift að sjá litinn á smjörinu, bræddu smjörið við meðalhita, hrærðu því af og til til að tryggja að það bráðni jafnt. Það mun byrja að freyða og breyta um lit, úr ljósgulum yfir í gullbrúnt í aðeins dekkri, brauðbrúnan sem lyktar hnetukenndan. Takið pönnuna af hellunni og setjið innihaldið yfir í litla hitaþolna skál. Mjólkurfastefnið mun hafa sest á botninn á pönnunni og brúnast; skilja eftir eins mikið af því seti og hægt er. Bætið börknum og hvítlauknum við heitt brúnt smjörið. Látið smjörið kólna alveg og hrærið síðan sítrónusafanum, paprikunni og salti saman við.

Afhýðið og fargið ytri maíshýðunum. Dragðu varlega til baka fölgrænu innri hýðina og fjarlægðu silkið. Hyljið kjarnana aftur með hýði, bindið endann með eldhússnúru og leggið eyrun í bleyti í köldu vatni í að minnsta kosti 30 mínútur.

Forhitaðu gasgrill fyrir háan hita, um 450 gráður F, eða undirbúið kolagrill fyrir beinhita matreiðslu yfir glóðheitum kolum. Takið kornið úr vatninu og hristið umfram raka af. Settu maís á grillið og lokaðu lokinu. Snúðu maísnum á 5 mínútna fresti, þannig að það eldist jafnt, í 10 til 15 mínútur. Losaðu bandið, afhýðið hýðina, penslið maís með smjöri og haltu áfram að elda með hýðina afhýðaða aftur þar til kjarnarnir eru karamelluðu á öllum hliðum, 3 til 5 mínútur í viðbót.

Takið maís af grillinu, penslið allt með meira smjöri og stráið meira salti yfir eftir smekk og kóríander.

13. Piparríkt sítrónu parmesan biscotti

GERIR UM 3 TUFT BISCOTTI

Hráefni

1½ bolli óbleikt alhliða hveiti

½ bolli semolina hveiti

2 aura Parmigiano-Reggiano ostur, fínt rifinn (um það bil 1 bolli)

2 msk smátt saxaður sítrónubörkur (frá 2 meðalstórum sítrónum)

1 matskeið nýmalaður svartur pipar

2 tsk kosher salt

1 tsk lyftiduft

¼ bolli extra virgin ólífuolía

3 egg, skipt

⅓ bolli nýmjólk

Forhitaðu ofninn í 350 gráður F.

LEIÐBEININGAR

Blandið hveiti, osti, börki, pipar, salti og lyftidufti vandlega saman í stóra skál. Dreypið olíunni yfir og notið fingurna til að blanda henni varlega í hveitið þar til blandan líkist maísmjöli.

Í lítilli skál, þeytið 2 af eggjunum með mjólkinni og bætið þeim við hveitiblönduna, hrærið með gaffli til að mynda mjúkt, klístrað deig. Vætið hendurnar létt (til að koma í veg fyrir að deigið festist við þær) og skiptið deiginu í tvennt. Raðið bitunum eftir endilöngu á bökunarplötu klædda bökunarpappír. Mótaðu hvern bita í um það bil 12 tommu langan, 3 tommu breiðan og ½ tommu á hæð, vætu hendurnar létt eftir þörfum til að koma í veg fyrir að festist. Þeytið eggið sem eftir er og penslið stokkana með því.

Bakið í 30 mínútur, snúið pönnunni hálfa leið í gegn eða þar til bálkar eru fölgulbrúnir. Fjarlægðu plötuna á grind og lækkaðu ofnhitann í 300 gráður F. Kældu stokkana í 10 mínútur, færðu þær yfir á skurðbretti og skerðu hvern stokk á ská í ½ tommu þykkar sneiðar með því að nota hníf. Setjið biscotti aftur á bökunarplötuna og bakið í 35 til 45 mínútur í viðbót, snúið þeim við hálfa bökunartímann. Biscottin eru tilbúin þegar þau eru orðin þurr og ljósgulbrún á báðum hliðum. Þeir geymast í allt að 2 vikur í loftþéttum umbúðum.

14. Sítrónu miso-ristað delicateta leiðsögn

GERIR 4 TIL 6 SKÓMA

3 matskeiðar hvítt misó

3 matskeiðar extra virgin ólífuolía

3 matskeiðar nýkreistur sítrónusafi, skipt

1 matskeið hunang

2 tsk harissa

1½ pund delicata leiðsögn (um 3 til 4), helmingaður langsum, fræhreinsaður og skorinn í ½ tommu þykk tungl

1 msk fínt rifinn sítrónubörkur

½ bolli grófsöxuð flatblaða steinselja

Kosher salt

LEIÐBEININGAR

Forhitið ofninn í 425 gráður F.

Í stórri skál, þeytið saman misó, olíu, 2 matskeiðar af sítrónusafanum, hunanginu og harissa. Bætið squash bitunum í skálina og notaðu hendurnar til að henda þeim með deiginu, passið að hjúpa þá jafnt. Raðið þeim í einu lagi á létt smurða bökunarplötu með hliðum. Setjið skálina til hliðar til síðar.

Steikið squashið í 15 mínútur. Takið pönnuna úr ofninum og snúið bitunum við með töng. Settu þau aftur í ofninn í 10 mínútur í viðbót, eða þar til bitarnir eru létt karamellubrúnir og mjúkir. Færðu leiðsögnina aftur yfir í skálina og blandaðu með 1 msk sítrónusafa sem eftir er, börkinn og steinseljuna. Kryddið eftir smekk með salti.

Grænmetisæta

15. Sítrónu-geitaostur gnocchi með skeljarbaunum

GERIR 6 TIL 8 SKÓMA

Hráefni

8 aura örlítið mjúkur, mildur ferskur geitaostur, við stofuhita

8 aura rjómaostur (helst án sveiflujöfnunar), við stofuhita

1 matskeið auk 1 tsk fínt rifinn sítrónubörkur (úr 2 litlum sítrónum)

2 tsk kosher salt

2 egg

1½ bollar óbleikt alhliða hveiti, auk viðbótar til að rúlla deiginu

2 matskeiðar extra virgin ólífuolía

2 litlir stilkar grænn hvítlaukur, þunnar sneiðar á ská, eða 3 hvítlauksgeirar, smátt saxaðir

¼ bolli þurrt hvítvín eða vermút

3 bollar ferskar skurnar grænar baunir

3 matskeiðar ósaltað smjör

2 matskeiðar nýkreistur sítrónusafi

1 msk fínt saxað ferskt estragon

Nýmalaður svartur pipar

2 matskeiðar ferskur graslaukur, skorinn í ½ tommu lengd

LEIÐBEININGAR

Blandið saman ostum, börk, salti og eggjum í stóra skál. Blandið með gúmmíspaða þar til það er slétt og bætið ¾ bolla af hveitinu út í. Blandið vel saman og blandið afganginum af hveitinu varlega saman við til að mynda rakt, örlítið klístrað deig. Ekki blanda of mikið því annars verður gnocchiið þitt þungt. Hyljið skálina með plastfilmu og kælið í 1 klst.

Létt hveiti bökunarplötu eða stórt fat og setja til hliðar. Snúið deiginu á létt hveitistráða vinnuborð, mótið það í kúlu og skerið kúluna í fernt. Rúllaðu hverjum fjórðungi í ½ tommu þykkt reipi. Notaðu beittan hníf til að skera strengina í ½ tommu gnocchi og settu þá á bökunarplötuna. Endurtaktu ferlið með deigbitunum sem eftir eru; þú ættir að fá um 84. Dustaðu gnocchi létt með hveiti. Látið suðu koma upp í stórum potti af ríkulega söltu vatni.

Sjóðið gnocchi í lotum af 15 til 20; það tekur um 3 mínútur að elda þær. Þeir eru tilbúnir þegar þeir fljóta - bíddu í nokkrar sekúndur áður en þú notar göt með skeið til að fjarlægja gnocchiið á bökunarplötu til að kólna. (Þeir verða viðkvæmir þegar þeir eru heitir en verða sterkari þegar þeir kólna.) Geymið 1 bolla af eldunarvökvanum. Eldað gnocchi geymist í kæli í 24 klukkustundir.

Hitið olíuna í stórri pönnu yfir miðlungs hita. Bætið hvítlauknum út í og eldið, hrærið stöðugt, þar til það er mýkt, um það bil 4 mínútur. Bætið víninu út í og látið malla þar til vökvinn í pönnunni hefur minnkað um helming, 3 til 4 mínútur.

Bætið gnocchi, ertum, smjöri og ½ bolli af fráteknum gnocchi eldunarvökva í pönnuna. Eldið þar til hráefnið er orðið heitt í gegn og sósan þykknar aðeins, um 3 mínútur. Bætið sítrónusafanum, estragoninu og salti og pipar eftir smekk og blandið saman. Skiptið gnocchi á milli 6 eða 8 skálar. Skreytið með graslauknum og berið fram strax.

16. Linsubaunasúpa með sítrónu, fetaost og dilli

GERIR 4 TIL 6 SKÓMA

Hráefni

8 aura blaðlaukur, hvítir hlutar og 1 tommu ljósgrænn

2 matskeiðar extra virgin ólífuolía

1 stór skalottlaukur, þunnt sneið

2 stilkar sellerí, þunnar sneiðar

2 lárviðarlauf

1½ bolli franskar grænar eða brúnar linsubaunir, flokkaðar og skolaðar

6 bollar grænmetissoð eða vatn

1 tsk kosher salt

FYRIR FETA áleggið:

6 aura fetaostur, helst kindamjólk

2 matskeiðar nýkreistur sítrónusafi

1 matskeið gróft saxaður sítrónubörkur

1 lítið hvítlauksgeiri, gróft saxað

¼ bolli extra virgin ólífuolía

¼ bolli léttpakkaðir ferskir dillgreinar

2 matskeiðar nýkreistur sítrónusafi

1 lítið búnt svissneskur kard, stilkar fráteknir til annarra nota og lauf skorin í 1 tommu þykka tætlur

Nýmalaður svartur pipar

Dillgreinir, til skrauts

LEIÐBEININGAR

Haldið blaðlauknum eftir endilöngu, skerið hann þversum í $\frac{1}{2}$ tommu þykkar sneiðar og þvoið hann vel í sigti. Hitið olíuna í stórum potti eða hollenskum ofni yfir miðlungs háum hita. Bætið blaðlauk, skalottlauka og sellerí út í og steikið þar til það er mjúkt og hálfgagnsætt, um það bil 7 mínútur. Bætið lárviðarlaufunum og linsunum saman við, hrærið til að blanda saman og hjúpið með olíu. Bætið grænmetissoðinu og salti út í og látið suðuna koma upp við meðalháan hita. Lækkið hitann og látið malla, að hluta til, þar til linsurnar eru næstum mjúkar, 20 til 30 mínútur.

Á meðan er áleggið búið til. Setjið fetaostinn í skál matvinnsluvélar ásamt sítrónusafanum, börkinum og hvítlauknum. Púlsaðu nokkrum sinnum til að brjóta ostinn í sundur og bættu olíunni hægt út í með mótorinn í gangi. Þegar blandan er orðin slétt, bætið við dilliinu og pulsunni til að grófsaxa og blanda því saman við. Smakkið til með kryddi, bætið við meiri sítrónusafa ef osturinn er sérstaklega saltur.

Til að klára súpuna, hrærið sítrónusafanum og kartöflunböndunum út í og haltu áfram að malla þar til linsurnar eru alveg meyrar og kardinið hefur visnað, 10 til 15 mínútur. Kryddið eftir smekk með salti, pipar og meiri sítrónusafa ef vill. Til að bera fram, skiptið súpunni í skálar, bætið við skeið af feta-álegginu og toppið með dillkvisti.

17. Aspas og sítrónu pestó pizza með reyktum mozzarella

GERIR EINA 12- TIL 14-TOMMU PIZSU

Hráefni

Maísmjöl, til að rykhreinsa

FYRIR PESTÓIÐ:

½ sítróna, fræhreinsuð og skorin í litla bita

2 lítil hvítlauksrif

1 pund aspas, snyrtur og skorinn í 1½ tommu bita, oddarnir helmingaðir langsum

¼ bolli ristaðar pistasíuhnetur

⅓ bolli auk 1 matskeið ólífuolía, skipt

2 aura Parmigiano-Reggiano ostur, gróft rifinn (um ½ bolli)

1¼ tsk kosher salt

½ tsk nýmalaður svartur pipar

14 aura heimabakað eða verslunarkeypt pizzadeig, við stofuhita

6 aura ferskur reyktur mozzarella ostur, rifinn eða þunnt sneiddur

LEIÐBEININGAR

Settu grind í miðju ofnsins, settu pizzustein á hann og forhitaðu ofninn í 475 gráður F. (Notaðu öfuga bökunarplötu ef þú átt ekki pizzustein.) Rykið af hýði eða sléttu bakstri. lak (án hliða) með maísmjöli og setjið til hliðar.

Til að búa til pestóið, saxið sítrónu og hvítlauk smátt í skál matvinnsluvélar. Bætið aspasbitunum (geymið oddunum) og pistasíuhnetunum saman við, pulsið þar til þær eru gróft saxaðar. Bætið ⅓ bolla af olíunni í einu og vinnið þar til blandan hefur blandast vel saman en ekki maukuð; það ætti að líta út eins og þú hafir rifið aspasinn, með bitum sem eru allt frá hrísgrjónakorni til rifinn ostur. Hellið blöndunni í stóra skál og bætið við osti, salti og pipar. Smakkið til og bætið við kryddi ef þarf og setjið pestóið til hliðar.

Á létt hveitistráðu yfirborði skaltu rúlla út eða teygja pizzudeigið til að gera 12- til 14 tommu hring og flytja yfir á tilbúna hýðið. (Þú getur líka myndað hringinn á bökunarpappír og fært hana beint yfir á pizzasteininn til að bakast.) Hrærið pestóið vel, dreifið jafnt um 1 bolla yfir deigið og raðið mozzarellanum þannig að mest af pestóinu sé þakið. Kasta fráteknum aspasoddum með olíunni sem eftir er og stráið ostinum yfir.

Bakið í 16 til 18 mínútur, þar til skorpan er djúpbrún og stökk og aspasbitarnir að ofan eru létt kulnaðir. (Ef þú notaðir smjörpappír, bakaðu þá í 8 til 10 mínútur, dragðu pappírinn úr undir pizzunni þannig að skorpan verði stökk og bakaðu í 8 mínútur í viðbót.) Taktu pizzuna úr ofninum og kældu á grind eða bakstur. lak í 5 mínútur áður en það er skorið í sneiðar.

Mikilvægasta reglan um heimabakaða pizzu? Minna er meira. Notaðu létta hönd þegar þú bætir áleggi í skorpuna þína, sérstaklega ef sósan sem situr beint ofan á er örlítið safarík, eins og tómatsósa eða þetta pestó. Smyrjið ofurþunnu lagi á deigið, bætið restinni af álegginu út í og endið með nokkrum dúkkum af sósulaga hlutanum sem dreift er yfir toppinn til að fá aukið bragð.

18. Spaghetti með radicchio og sítrónu-hvítlauksmola

GERIR 4 TIL 6 SKÓMA

Hráefni

¼ bolli auk 2 matskeiðar extra virgin ólífuolía, skipt

4 hvítlauksgeirar, smátt saxaðir

2 bollar ferskt brauðrasp

Klípaðu kosher salt

1 bolli léttpakkað, grófsaxað flatblaða steinseljublöð

2 matskeiðar smátt saxaður sítrónubörkur (úr 2 meðalstórum sítrónum), skipt

Nýmalaður svartur pipar

2 matskeiðar ósaltað smjör

1 (1 pund) höfuð radicchio, fínt rifið

2 matskeiðar nýkreistur sítrónusafi, skipt

1 pund gæða spaghetti eða linguine

1 bolli heimagerður Ricotta ostur eða keyptur í búð

LEIÐBEININGAR

Hitið ¼ bolla af olíunni á stórri sautépönnu við meðalhita. Bætið hvítlauknum út í og eldið, hrærið stundum, í 2 til 3 mínútur, eða þar til ilmandi. Bætið brauðmylsnu og ríflegri klípu af salti út í og hrærið áfram þar til brauðmylsnan er ristuð og brún. Færið molana í skál og látið kólna aðeins. Þegar þær eru orðnar kaldar, bætið þá steinseljunni út í og bætið við 1 matskeið af börkinu. Kryddið eftir smekk með auka salti og pipar og setjið til hliðar.

Þurrkaðu hvaða mola sem er af pönnunni, bætið smjörinu út í og bræðið það við meðalhita. Þegar smjörið er froðukennt skaltu bæta við radicchio og elda þar til það visnar og mýkist aðeins, 2 til 3 mínútur. Bætið 2 msk af vatni út í og látið malla í 2 mínútur, eða þar til vatnið gufar upp, bætið svo 1 msk af sítrónusafanum út í. Setja til hliðar.

Látið suðu koma upp í pott af ríkulegu söltu vatni og eldið linguine samkvæmt leiðbeiningum á pakka. Á meðan það eldar skaltu sameina ricotta með 2 matskeiðar olíu sem eftir eru, 1 matskeið börk og 1 matskeið sítrónusafa. Smakkið til og bætið við meiri safa ef þarf. Áður en pastað er tæmt skaltu setja 1 bolla af eldunarvatninu til hliðar.

Setjið pastað aftur í pottinn. Bætið smá af pastavatninu út í ricottablönduna, til að losa hana og hita hana upp, áður en því er blandað saman við pastað. Bætið radicchio og helmingnum af brauðmylsnunni saman við og blandið saman og bætið meira af pastavatninu við ef það virðist þurrt. Setjið pastað á stórt fat og skreytið með restinni af brauðmylsnunni. Berið fram strax.

19. Sítrónudal með spínati og jógúrt

GERIR 6 TIL 8 SKÓMA

Hráefni

2 bollar gular klofnar baunir (chana dal), flokkaðar og skolaðar

1 tsk túrmerik

1 lítið þurrkað rautt chili, eða 1 tsk rauðar piparflögur

¼ bolli kókosolía eða ghee, skipt

1 matskeið kosher salt

2 matskeiðar ósaltað smjör

1 msk brún sinnepsfræ

1 msk kóríanderfræ, mulin

2 tsk kúmenfræ

1 meðalstór laukur, skorinn í ½ tommu teninga (um 1½ bollar)

1 bolli léttpakkað, grófsöxuð fersk kóríanderlauf, þar á meðal nokkrir stilkar, auk viðbótarlaufa til skrauts

2 bollar léttpökkuð fersk spínatlauf

¼ bolli nýkreistur sítrónusafi (frá 1 meðalstórri sítrónu)

2 tsk fínt rifinn sítrónubörkur

Nýmjólk grísk jógúrt, til skrauts

LEIÐBEININGAR

Í stórum potti eða hollenskum ofni skaltu sameina erturnar, 6 bolla af vatni, túrmerikinu, chili, 2 matskeiðar af olíunni og saltinu. Látið suðuna koma upp, hrærið af og til til að koma í veg fyrir að dalurinn festist við botninn á pottinum. Lækkið hitann og látið malla, undir loki að hluta, þar til baunirnar eru mjög mjúkar og mjúkar, um það bil 1 klukkustund.

Gerðu tadka á meðan. Hitið hinar 2 msk olíur og smjörið sem eftir eru á stórri sautépönnu við meðalhita. Þegar smjörið er froðukennt skaltu bæta við sinnepi, kóríander og kúmenfræjum og hræra stöðugt þar til þau eru ilmandi, um það bil 2 mínútur. Bætið lauknum út í, hækkið hitann í háan og haltu áfram að elda þar til laukurinn fer úr hálfgagnsærri í brúnn í kringum brúnirnar. Þetta ætti að taka um 15 mínútur; ekki vera hræddur við að gera laukinn dökkan. Bætið kóríander og spínati út í og haltu áfram að elda í um það bil 5 mínútur í viðbót, þar til bæði hafa visnað örlítið en halda skærum lit.

Fjarlægðu allt chili og hrærðu tadka út í baunirnar. Kryddið eftir smekk með auknu salti og eldið við miðlungs lágan hita í 10 til 15 mínútur til að leyfa bragðinu að sameinast. Bætið sítrónusafanum og -börknum út í og eldið í 5 mínútur í viðbót áður en borið er fram. Skreytið hvern skammt með skeið af jógúrt og nokkrum kóríanderlaufum.

AÐALRÉTTUR

20. Pönnusteikin lúða með sítrónubragði

GERIR 4 SKÓMA

Hráefni

FYRIR ELSKA:

1 sítróna, í fjórða hluta (um ¾ bolli)

2 litlir skalottlaukar, þunnar sneiðar í hringi (um ¼ bolli)

1 tsk kosher salt

1 bolli grófsaxaðar grænar ólífur, eins og Castelvetrano

2 matskeiðar kapers, skolaðar og þurrkaðar

½ tsk rauðar piparflögur

¼ bolli extra virgin ólífuolía

1½ pund roðlaust lúðuflök, skorið í 4 bita

½ tsk fennelfræ, nýmalað

½ tsk kosher salt

½ tsk nýmalaður svartur pipar

2 matskeiðar extra virgin ólífuolía

2 matskeiðar ósaltað smjör

¾ bolli grófsöxuð flatblaða steinselja

LEIÐBEININGAR

Til að búa til bragðið skaltu fjarlægja þykku endana af sítrónufjórðungunum og skera afganginn þunnt og farga öllum fræjum. Bætið sítrónusneiðunum í skál ásamt skalottlaukum og salti. Lokið og setjið til hliðar í 45 mínútur eða þar til sítrónurnar losa eitthvað af safa sínum. Bætið við ólífum, kapers, piparflögum og ¼ bolla af olíunni. Til þess að bragðið geti þróast að fullu, setjið bragðið til hliðar til að marinerast í 4 klukkustundir eða allt að yfir nótt.

Þurrkaðu lúðuna með pappírshandklæði. Blandið saman fennelfræinu, salti og pipar í lítilli skál og stráið því yfir alla lúðuna. Hitið olíuna á pönnu eða steypujárni á meðalháum hita þar til hún ljómar. Bætið lúðu út í og eldið ótruflaður þar til hún er brún á botninum, um það bil 5 mínútur. Snúið við, bætið smjörinu á pönnuna og lækkið hitann í miðlungs. Haltu áfram að elda, þeyttu lúðuna með smjörinu, í 2 mínútur, eða þar til fiskurinn er ógagnsær í miðjunni.

Hrærið steinseljunni út í bragðið, setjið rjómann yfir hvern fiskbita og berið strax fram.

21. Grillaðar lambakótelettur með sítrónu, súmak og za'atar

GERIR 4 SKÓMA

Hráefni

1 (3 til 3½ pund) lambarekki, rifbein frönsk eða 3 punda lambalærakótilettur, 1 til 1½ tommur þykkt

Kosher salt og nýmalaður svartur pipar

FYRIR MARINADE:

¾ bolli hreinmjólkurjógúrt

3 matskeiðar extra virgin ólífuolía

3 matskeiðar nýkreistur sítrónusafi

1 matskeið smátt saxaður sítrónubörkur

2 hvítlauksgeirar, smátt saxaðir

2 matskeiðar gróft söxuð fersk mynta

3 matskeiðar extra virgin ólífuolía

2 hvítlauksgeirar, smátt saxaðir

3 matskeiðar za'atar

4 tsk sumak

3 sítrónur, til skrauts

Myntulauf, til skrauts

LEIÐBEININGAR

Þurrkaðu grindina eða kóteletturnar með pappírsþurrku, kryddaðu þær með salti og pipar og leggðu þær á grunna óviðbragðsfasta pönnu eins og rétthyrnt gler ofnform.

Þeytið saman jógúrt, olíu, sítrónusafa og -börk, hvítlauk og myntu í lítilli skál. Hellið marineringunni yfir kóteletturnar, snúið þeim einu sinni til að húða báðar hliðar. Hyljið pönnuna með plastfilmu og geymið í kæli yfir nótt.

Taktu lambið úr kæliskápnum 30 til 45 mínútum áður en það er grillað til að leyfa kjötinu að ná stofuhita. Forhitaðu gas- eða kolagrill fyrir meðalháan hita, um 350 gráður F. Fjarlægðu lambið úr marineringunni, þurrkaðu marineringuna alveg af með pappírshandklæði og fargaðu því. Blandið saman olíu, hvítlauk, za'atar og sumac og notið fingurna til að nudda blöndunni yfir allt lambið.

Skafið ristina hreint og smyrjið létt. Slökktu á einum af brennurunum til að fá lambahögg, eða settu kolin á aðra hlið grillsins. Leggið grindina á grindina við beinan hita og steikið lambið þar til það er brúnt yfir allt, um það bil 10 mínútur. Færðu lambið á svalari hluta grillsins, hyldu og eldaðu, snúðu öðru hverju, þar til skyndilesandi hitamælir sem er settur í miðjuna mælir 130 gráður F, um það bil 15 mínútur. Látið lambið hvíla í að minnsta kosti 10 mínútur áður en það er skorið í stakar kótelettur.

Fyrir hryggkótilettur, leggið kótilettur á rist og grillið í 3 mínútur, snúið síðan hverri kótilettu um 90 gráður og eldið í 3 mínútur í viðbót, eða þar til kótilettin eru fallega kulnuð. Snúið kótelettunum við og eldið þær á hinni hliðinni í um það bil 6 mínútur í viðbót, snúið við hálfa leið. Þeir ættu samt að vera bleikir að innan. Færið kóteleturnar yfir á heitan disk til að hvíla í 5 mínútur áður en þær eru bornar fram.

Á meðan lambið hvílir, skerið sítrónurnar í tvennt, penslið þær létt með olíu og grillið, skera hliðina niður, þar til þær eru fallega kolnar, um 3 mínútur. Raðið lambakótilettunum á fat með grilluðu sítrónunum og myntulaufunum.

22. Meyer sítrónu risotto með dungeness krabba

GERIR 6 SKÓMA

Hráefni

5 til 6 bollar létt bragðbætt grænmetissoð

1 Meyer sítróna, hýði fjarlægður með grænmetisskrjálsara (geymið bæði ávexti og hýði)

2 matskeiðar ósaltað smjör

2 matskeiðar extra virgin ólífuolía

1 lítill laukur, skorinn í $\frac{1}{2}$ tommu teninga (um 1 bolli)

1 stilkur grænn hvítlaukur, laukur og mjúkir grænir hlutar smátt saxaðir eða 1 stór hvítlauksgeiri, smátt saxaður

$1\frac{1}{2}$ bolli arborio hrísgrjón

$\frac{1}{2}$ bolli þurrt hvítvín eða vermút

8 aura ferskt krabbakjöt

1 únsa Parmigiano-Reggiano ostur, fínt rifinn (um $\frac{1}{2}$ bolli)

1 msk gróft saxað ferskt estragon, auk viðbótar til að skreyta

$\frac{1}{4}$ bolli crème fraîche

$\frac{1}{4}$ bolli fínt saxaður ferskur graslaukur

LEIÐBEININGAR

Í stórum potti yfir miðlungshita, hitið soðið að suðu. Bætið sítrónuberkinum út í og takið pönnuna af hellunni. Lokið og setjið til hliðar.

Bræðið smjörið á þykkbotna pönnu við meðalhita. Þegar smjörið er froðukennt, bætið þá olíu og lauk út í og eldið, hrærið af og til, þar til laukurinn er mjúkur og hálfgagnsær, um það bil 5 mínútur. Hækkið hitann í meðalháan, bætið hvítlauknum og hrísgrjónunum út í og hrærið þar til hrísgrjónin lykta örlítið brauð, um það bil 4 mínútur. Bætið víninu út í og látið malla, hrærið af og til, þar til það hefur minnkað í gljáa, um það bil 5 mínútur. Bætið 1 bolla af volgu seyði út í, hrærið til að hylja kornin og látið malla, hrærið oft, þar til soðið er næstum alveg frásogað áður en meira er bætt við. Endurtakið á meðan haldið er áfram að hræra þar til aðeins um $\frac{1}{2}$ bolli af seyði er eftir, eða hrísgrjónin eru rjómalöguð og soðin í gegn, um 45 mínútur. Geymið soðið.

Fjarlægðu hýðina af soðinu og saxaðu það smátt. Skerið sítrónuna og saxið kvoðan smátt, fjarlægið öll fræ. Hrærið hýði og deigi út í hrísgrjónin og eldið þar til þau eru heit í gegn, um það bil 3 mínútur. Hrærið krabbakjöti, osti og estragon saman við, bætið við smá seyði ef þarf til að losa risotto. Þegar osturinn er bráðinn og krabbinn vel dreift og heitur, eftir um 3 mínútur, hrærið crème fraîche út í. Berið fram strax, skreytt með graslauk og estragon laufum.

23. Cedar plank-grillaður lax með sítrónum

GERIR 4 TIL 6 SKÓMA

Hráefni

¼ bolli ljós púðursykur

3 matskeiðar kosher salt

½ saxað ferskt dill, skipt

1 msk fínt rifinn sítrónubörkur

1 (2 punda) laxaflök, eða 6 (5½ aura) miðskorin flök, húð á

1 (6 x 15 tommu) sedrusviðplanki, eða hvaða stærð sem er sem passar lengd og breidd fisksins þíns

5 matskeiðar extra virgin ólífuolía, skipt, auk viðbótar til að bursta plankann

2 sítrónur, þunnar sneiðar

1 lítill vorlaukur eða sætur laukur, skorinn í þunnar sneiðar

1 lítil fennel pera, þunnar sneiðar

¼ bolli léttpakkað fennelufunda, gróft saxað

LEIÐBEININGAR

Blandið saman sykri, salti, ¼ bolla af dilli og börknum í lítilli skál. Þurrkaðu laxinn með pappírsþurrku og raðaðu honum í grunnt glerofnmót og þektu allt með nuddinu. Lokið og kælið í 2 klst.

Forhitaðu gasgrill fyrir háan hita, um 450 gráður F, eða undirbúið kolagrill fyrir beinhita matreiðslu yfir glóðheitum kolum. Penslið bjálkann ríkulega með olíu á báðum hliðum. Leggðu um tvo þriðju hluta af sneiðum sítrónunum á plankann í einu lagi.

Haldið afganginum af sneiðum sítrónunum í helming og bætið þeim í meðalstóra skál ásamt lauknum og fennel. Bætið 2 matskeiðum af olíunni út í og notaðu hendurnar til að henda hráefninu og húða þau. Bætið ¼ bolla dilli sem eftir er, fennel blöðin og smá klípa af salti út í.

Raðið laxinum á plankann yfir sítrónurnar. Setjið grænmetisblönduna ofan á og utan um hliðar fisksins, hyljið holdið. Dreypið hinum 3 msk olíu ofan á. Settu plankann á grillið; það ætti að vera nógu heitt til að kveikja í bjálkanum. Látið bjálkann brenna utan um fiskinn (sítrónurnar og grænmetið koma í veg fyrir að laxinn brenni) og lokaðu lokinu. Haltu áfram að elda þar til þykkasti hluti flaksins skráir 130 til 135 gráður F á skyndilesandi hitamæli, um 15 mínútur eftir þykktinni.

24. Grilluð flanksteik með brenndu sítrónu chimichurri

GERIR 4 SKÓMA

Hráefni

FYRIR CHIMICHURRI:

1 lítil sítróna

1 lítill jalapeño

½ bolli extra virgin ólífuolía, auk viðbótar til að henda hráefnum og smyrja grillið

1½ tsk kosher salt, skipt

1 bolli léttpakkað flatblaða steinseljublöð

1 bolli léttpakkað fersk kóríanderlauf

3 matskeiðar fersk oregano lauf

2 hvítlauksgeirar, gróft saxaðir

1 matskeið gróft saxaður skalottlaukur

1 matskeið hvítvínsedik

1 flank pils eða flatiron steik (um 1½ pund)

Kosher salt og nýmalaður svartur pipar

LEIÐBEININGAR

Til að búa til chimichurri, snyrtu blóma- og stilkenda sítrónunnar, fjarlægðu nægilega mikið börkur sem kvoða sýnir.

Skerið sítrónuna í ¼ tommu þykkar sneiðar og setjið þær í litla skál með jalapeño. Hellið með smávegis af olíu og ¼ teskeið af salti og grillið eða steikið þar til það er létt kulnað. Setjið sítrónusneiðarnar og jalapeño aftur í skálina og setjið disk eða plastfilmu yfir. Gufan mun valda því að þau hrynja aðeins saman, sem gerir húðina á jalapeño auðvelt að fjarlægja.

Afhýðið og fræhreinsið jalapeño (skiljið eftir fræ og himnuna ef þið viljið kryddað spark). Fjarlægðu öll fræ af sítrónusneiðunum. Setjið bæði hráefnin í skál matvinnsluvélar og hrærið nokkrum sinnum til að grófsaxa.

Bætið restinni af 1¼ tsk saltinu, steinseljunni, kóríander, oregano, hvítlauk, skalottlaukur og ediki út í. Púlsaðu hráefnin í stuttum skömmtum, til að saxa og blanda saman án þess að búa til of fínt mauk. Með mótorinn í gangi, hellið olíunni yfir. Fjarlægðu sósuna í meðalstóra skál og láttu hana standa í að minnsta kosti 2 klukkustundir eða allt að yfir nótt. Smakkið til eftir salti áður en það er borið fram, bætið meira við ef þarf.

Þurrkaðu steikina með pappírshandklæði og kryddaðu hana ríkulega með salti og pipar. Forhitaðu gasgrill fyrir háan hita, um 450 gráður F, eða undirbúið kolagrill fyrir beinhita matreiðslu yfir glóðheitum kolum. Skafið ristina hreint og smyrjið létt. Þegar grillið er orðið heitt, leggið steikina á ristina. Fyrir sjaldgæfa til miðlungs sjaldgæfa, eldið í 3 mínútur á annarri hliðinni, snúið steikinni við og eldið í 3 mínútur til viðbótar á hinni hliðinni (þetta getur verið mismunandi eftir stærð og þykkt steikarinnar). Fjarlægðu steikina af grillinu og láttu hana hvíla í að minnsta kosti 5 mínútur áður en hún er þunnar sneiðar við korninu.

Til að bera fram, leggið sneiðarnar á fat, dreypið þeim af þeim safa sem eftir er af sneiðinni og hellið smá chimichurri yfir. Berið fram strax og framhjáið afganginum af chimichurri.

25. Steikt nautakjöt með niðursoðnum sítrónum og harissa

GERIR 4 TIL 6 SKÓMA

Hráefni

1 (3 pund) beinsteikt steikt, eða 2 pund plokkfiskkjöt

Kosher salt og nýmalaður svartur pipar

3 matskeiðar extra virgin ólífuolía

Ég meðalstór laukur, skera í stóra teninga

1 varðveitt sítróna eða keypt í búð, skoluð og smátt skorin (aðeins hýði)

3 hvítlauksgeirar, smátt saxaðir

1½ tsk ras al hanout (sjá athugasemd)

1 tsk kúmenfræ, grófmulin

1 tsk kóríanderfræ, grófmulin

1 til 3 matskeiðar harissa, fer eftir hitastigi sem þú vilt

3 bollar nautakraftur eða grænmetissoð

2 greinar ferskt timjan

1 lárviðarlauf

1 bolli léttpakkað, grófsaxað flatblaða steinseljublöð

½ bolli léttpakkað, grófsöxuð kóríanderlauf

LEIÐBEININGAR

Forhitaðu ofninn í 325 gráður F.

Þurrkaðu kjötið með pappírsþurrku og kryddaðu vel með salti og pipar. Í hollenskum ofni eða þungri, ofnheldri pönnu með loki, hitið olíuna við meðalháan hita. Bætið kjötinu við og steikið það í 3 til 4 mínútur á hvorri hlið fyrir chuck steikt, eða brúnið kjötið á öllum hliðum fyrir plokkfisk. Gætið þess að troða ekki á pönnuna, brúnið í 2 skömmtum ef þarf.

Fjarlægðu brúnaða nautakjötið af pönnunni í stóra skál. Bætið lauknum á pönnuna og eldið, hrærið oft til að skafa upp brúnu bitana á botninum. Eftir 3 eða 4 mínútur, eða þegar laukurinn hefur mýkst aðeins, bætið þá sítrónu, hvítlauk, ras al hanout, kúmeni, kóríander og harissa út í. Haltu áfram að elda í nokkrar mínútur, þar til innihaldsefnin eru arómatísk.

Setjið kjötið aftur á pönnuna ásamt öllum safa í skálinni. Bætið soðinu, timjaninu og lárviðarlaufinu út í og látið suðuna koma upp. Takið pönnuna varlega af hellunni, hyljið það með loki og setjið í ofninn.

Eldið nautakjötið í 2 klukkustundir (fyrir plokkfiskkjöt) eða 3 til $3\frac{1}{2}$ klukkustund fyrir stærri, útbeinaðan skurð. Athugaðu magn soðsins af og til, bætið við smávegis af vatni ef magnið er lágt eða pönnuna eða kjötið virðist þurrt. Kjötið er tilbúið þegar það er bráðnar meyrt og hefur dottið af beinum. Til að bera fram skaltu krydda eftir smekk með auka salti og pipar og bæta við steinselju og kóríander.

26. Brauð og kjúklingasalat með vinaigrette

GERIR 4 TIL 6 SKÓMA

Hráefni

FYRIR VINAIGRETTAN:

1 sítróna, helminguð

8 aura skalottlaukur, afhýddir, helmingaðir ef þeir eru stórir

3 stór hvítlauksrif, óafhýdd

¾ bolli extra virgin ólífuolía, skipt

4 greinar ferskt timjan, skipt

2½ tsk kosher salt, skipt

Safi úr 1 sítrónu

12 aura sveitabrauð í sveitalegum stíl, rifið gróflega í 1 tommu bita (um það bil 5 bollar)

3 matskeiðar extra virgin ólífuolía

Nýmalaður svartur pipar

4 bollar af steiktum kjúklingi, rifinn eða skorinn í hæfilega bita

3 msk rifsber, sett í volgu vatni í 10 mínútur og tæmd

4 bollar létt pakkað pipargrænmeti, eins og rúlla, karsi eða lítið rautt sinnepsgrænt

LEIÐBEININGAR

Forhitaðu ofninn í 400 gráður F.

Til að búa til vínaigrettuna skaltu sameina sítrónuhelmingana í meðalstórri skál með skalottlaukunum og hvítlauknum. Hrærið þeim vel með ¼ bolla af olíunni, 2 greinum af timjan og 1 tsk af salti og setjið yfir í eldfast mót. Snúðu sítrónunum niður og dreifðu innihaldsefnunum í eitt lag. Hyljið pönnuna með álpappír og steikið, hrærið af og til, þar til skalottlaukurinn er mjúkur og karamellukeraður, 45 til 55 mínútur. Takið pönnuna úr ofninum og setjið til hliðar til að kólna.

Hækkið ofnhitann í 425 gráður F. Hristið brauðinu með olíunni og smakkið til með salti og pipar. Raðið brauðinu á ofnplötu í einu lagi og ristið í 10 til 12 mínútur, eða þar til það er létt gullinbrúnt og enn örlítið seigt. Látið ofninn vera á eftir að brauðið er ristað.

Á meðan fræsið og grófsaxið kvoða af ristuðu sítrónuhelmingunum, fargið hýðinu. Skerið rótarendana af skalottlaukunum og afhýðið hvítlaukinn. Bætið þeim öllum í blandara ásamt 1½ tsk salti sem eftir er, sítrónusafanum og öllum safa sem eftir er í bökunarforminu. Blandið þar til það er slétt og með blandarann í gangi, hellið hægt út í ½ bolla olíu sem eftir er þar til blandan er fleytuð. Skerið timjanblöðin gróft af greinunum sem eftir eru og bætið þeim í blandarann. Púlsaðu aftur til að blanda saman og kryddaðu eftir smekk með pipar.

Í stórri skál skaltu henda kjúklingnum með nógu miklu vinaigrette til að væta hann. Bætið ristuðu brauðinu og meira vinaigrette, þar til allt er létt húðað. Dreifið innihaldi skálarinnar í einu lagi á ofnplötu og setjið í ofninn í stutta stund til að hitna í gegn, um það bil 4 mínútur.

Takið pönnuna úr ofninum og snúið brauðinu og kjúklingnum í skál eða fat ásamt rifsberjum og grænmeti. Hrærið vel saman til að blanda saman, bætið við meiri vinaigrette eftir smekk.

27. Sítrónu parmesan kjúklingasúpa með kryddjurtabollum

GERIR 8 SKÓMA

Hráefni

1 (4 til 4½ pund) hagaður kjúklingur

5 gulrætur, skipt

2 stórir blaðlaukar (um 1 pund), vel skolaðir

2 hvítlauksrif, söxuð

2 stilkar sellerí, skornir í 2 tommu bita

1 lítill laukur, afhýddur og helmingaður

4 greinar ferskt timjan

2 lárviðarlauf

2 tsk svört piparkorn

Kosher salt og nýmalaður svartur pipar

1 matskeið ósaltað smjör

1 matskeið extra virgin ólífuolía

4 langar lengjur sítrónubörkur, fjarlægðar með grænmetisskrjálsara

1 meðalstór Parmigiano-Reggiano ostur börkur (um 6 aura)

FYRIR DUMPLINGA:

2 bollar óbleikt alhliða hveiti

2 tsk lyftiduft

2 tsk kosher salt

1 tsk nýmalaður svartur pipar

2 tsk smátt saxaður sítrónubörkur

¼ bolli grófsaxaðar mjúkar ferskar kryddjurtir eins og estragon, graslaukur og steinselja

½ únsa Parmigiano-Reggiano ostur, fínt rifinn (um ¼ bolli)

1 bolli nýmjólk

2 egg, létt þeytt

¼ bolli (½ stafur) ósaltað smjör, brætt og kælt aðeins

LEIÐBEININGAR:

Setjið kjúklinginn í stóran pott með 2 af gulrótunum, skorið í stóra bita; grænu hlutar blaðlauksins, skornir í 1 tommu bita; og hvítlauk, sellerí, lauk, timjan, lárviðarlauf og piparkorn. Bætið við nógu köldu vatni til að hylja kjúklinginn. Látið suðuna koma upp við meðalháan hita, lækkið hitann niður í suðu og eldið varlega í 45 mínútur til 1 klukkustund þar til kjúklingurinn er mjúkur.

Færið kjúklinginn yfir í skál til að kólna. Þegar kjúklingurinn er orðinn nógu kaldur til að hægt sé að höndla hann skaltu draga hann varlega í sundur og fjarlægja skinn og bein af helmingi fuglsins, td læri, legg og vængi og helminginn af bringukjöti. Fargið skinninu, bætið beinum aftur í pottinn og geymið kjúklinginn fyrir súpuna. Kælið afganginn af kjúklingnum í loftþéttu íláti til annarra nota, eins og ristað brauð og kjúklingasalat með ristuðu sítrónu-sjalottlauksvínaigrette. Haltu áfram að malla soðið þar til það hefur minnkað um þriðjung, um það bil 1 klukkustund. Sigtið það í gegnum fínmöskju sigti í stóra skál og fargið föstu efninu. Þú ættir að hafa 8 til 10 bolla af soði. Kryddið það með salti og pipar eftir smekk.

Hitið smjörið og olíuna í breiðum potti eða hollenskum ofni við meðalháan hita. Bætið hvítu af blaðlauknum, helminguðum og skornum í $\frac{1}{2}$ tommu bita, og gulrótunum sem eftir eru, skornar í $\frac{1}{4}$ tommu þykka mynt. Látið malla í nokkrar mínútur áður en berknum, börknum og soðinu er bætt út í. Lækkið hitann og látið súpuna malla varlega á meðan þið búið til bollurnar.

Til að gera dumplings, í meðalstórri skál, þeytið saman hveiti, lyftidufti, salti, pipar, börk, kryddjurtum og osti. Búið til holu í miðjunni og bætið við mjólkinni og eggjunum, þeytið þeim saman og blandið hveitinu saman við. Skiptið yfir í tréskeið og hrærið smjörinu rólega saman við þar til hráefnin hafa blandast vel saman. Á þessum tímapunkti ætti deigið að vera nógu laust til að hrærast auðveldlega, en ekki deigið. Skafðu hliðarnar á skálinni með spaða meðan þú blandar saman, til að blanda saman öllu þurru innihaldi. Standast löngunina til að ofblanda, jafnvel þó að deigið líti út eins og blautur, loðinn massi.

Notaðu 2 teskeiðar til að móta deigið í bollur, lækka þær beint í kraumandi súpuna í einu. Setjið lok á pottinn og látið malla í 5 mínútur áður en athugað er hvort þær hafi flotið á toppinn. Ef svo er, snúið þeim við, bætið kjúklingnum út í og haldið áfram að malla þar til bollurnar eru eldaðar í gegn og kjúklingurinn hitinn í gegn, um það bil 10 mínútur. Berið fram strax og haltu áfram að njóta afganga næstu 2 til 3 daga.

28. Appelsínugult graskerspönnukökur

HRÁEFNI:

10 g malað hörmjöl

45 ml vatn

235 ml ósykrað sojamjólk

15 ml sítrónusafi

60 g bókhveiti

60 g alhliða hveiti

8 g lyftiduft, állaust

2 tsk fínt rifinn appelsínubörkur

25 g hvít chiafræ

120 g lífrænt graskersmauk (eða bakaðu bara graskerið og maukaðu holdið)

30 ml brædd og kæld kókosolía

5 ml vanillumauk

30 ml hreint hlynsíróp

LEIÐBEININGAR:

Blandið möluðu hörmjöli saman við vatn í lítilli skál. Setjið til hliðar í 10 mínútur. Blandið saman möndlumjólk og eplasafi edik í meðalstórri skál. Setjið til hliðar í 5 mínútur.

Í sérstakri stórri skál skaltu sameina bókhveiti, alhliða hveiti, lyftiduft, appelsínubörkur og chia fræ.

Hellið möndlumjólk út í ásamt graskersmauki, kókosolíu, vanillu og hlynsírópi.

Þeytið saman þar til þú hefur slétt deig.

Hitið stóra non-stick pönnu yfir meðalháum hita. Penslið pönnuna varlega með smá kókosolíu.

Hellið 60 ml af deigi í pönnu. Eldið pönnukökuna í 1 mínútu, eða þar til loftbólur birtast á yfirborðinu.

Lyftið pönnukökunni varlega með spaða og snúið við.

Eldið 1 1/2 mínútu í viðbót. Renndu pönnukökunni á disk. Endurtaktu með afganginum af deiginu.

29. Spínat tófú hrært

SÝRÐUR RJÓMI:

75 g hráar kasjúhnetur, lagðar í bleyti yfir nótt,

30 ml sítrónusafi,

5 g næringarger,

60 ml vatn 1 góð klípa salt,

TOFU SCRABLE:

15 ml ólífuolía.

1 lítill laukur, skorinn í teninga.

1 hvítlauksgeiri, saxaður.

400 þétt tófú, pressað, mulið.

1/2 tsk malað kúmen.

1/2 tsk karrýduft.

1/2 tsk túrmerik.

2 tómatar, skornir í bita.

30 g barnaspínat

Salt, eftir smekk.

LEIÐBEININGAR:

Búðu til cashew sýrða rjómann; skola og skola bleyti kasjúhnetur.

Setjið kasjúhneturnar, sítrónusafann, næringargerið, vatnið og saltið í matvinnsluvél.

Blandið á háu þar til slétt, í 5-6 mínútur.

Færið í skál og setjið til hliðar. Gerðu tófúið hrært; hitið ólífuolíu á pönnu.

Bætið lauknum út í og eldið í 5 mínútur yfir miðlungs hátt.

Bætið hvítlauk út í og eldið hrært í, í 1 mínútu.

Bætið mulnu tófúinu út í og hrærið til að hjúpa með olíu.

Bætið kúmeninu, karrýinu og túrmerikinu út í. Eldið tófúið í 2 mínútur.

Bætið tómötunum út í og eldið í 2 mínútur.

Bætið spínati út í og eldið, hrærið þar til það er alveg visnað, um 1 mínútu. Flyttu tofu scramble á diskinn.

Toppið með sýrðum rjóma og berið fram.

30. Chia hafrar yfir nótt

HRÁEFNI:

470 ml fullfeiti sojamjólk.

90 g gamaldags rúllaðir hafrar.

40 g chiafræ.

15 ml hreint hlynsíróp.

25 g muldar pistasíuhnetur.

Brómberjasulta:

500 g brómber.

45 ml hreint hlynsíróp.

30 ml vatn.

45 g chiafræ.

15 ml sítrónusafi.

LEIÐBEININGAR:

Gerðu hafrana; blandaðu saman sojamjólk, höfrum, chiafræjum og hlynsírópi í stóra skál.

Lokið og kælið yfir nótt.

Gerðu sultuna; blandið brómber, hlynsírópi og vatni saman í pott. Látið malla við meðalhita í 10 mínútur.

Bætið chiafræjunum út í og látið brómberin malla í 10 mínútur.

Takið af hitanum og hrærið sítrónusafa út í. Maukið brómberin með gaffli og setjið til hliðar til að kólna.

Setja saman; skiptið haframjölinu á fjórar skálar.

Toppið með hverri skál brómberjasultu.

Stráið pistasíuhnetum yfir áður en þær eru bornar fram.

31. Ristað gulrót hummus

HRÁEFNI:

1 dós af kjúklingabaunum, skoluð og skoluð.

3 gulrætur.

1 hvítlauksgeiri.

1 tsk af papriku.

1 hlaðin matskeið af tahini.

Safi úr 1 sítrónu

2 matskeiðar af jómfrúarolíu til viðbótar.

6 matskeiðar af vatni.

1/2 tsk kúmenduft.

Salt eftir smekk.

LEIÐBEININGAR:

Hitið ofninn í 400°F. Þvoið og afhýðið gulræturnar og skerið þær í litla bita, setjið þær á bökunarplötu með ögn af ólífuolíu, klípu af salti og hálfa teskeið af papriku. Bakið í um 35 mínútur þar til gulrótin er orðin mjúk.

Takið þær úr ofninum og látið kólna.

Á meðan þær kólna, undirbúið hummusinn: þvoið og hellið vel af kjúklingabaununum og setjið þær í matarkvörn með restinni af virku innihaldsefnunum og framkvæmið þar til þú sérð vel blandaða blöndu. Bætið svo gulrótunum og hvítlauknum út í og vinnið aftur!

32. Torte með sítrónufyllingu

MARENSSKEL

3 stórar eggjahvítur

¼ tsk rjómi af vínsteini

¼ teskeið kosher salt

10 pakkar aspartam sætuefni

FYLLING

2¼ bollar vatn

Rifinn börkur af 1 sítrónu auk safa

30 pakkar aspartam sætuefni

1/3 bolli auk 2 matskeiðar maíssterkju

2 stór egg & 2 stórar eggjahvítur

2 matskeiðar ósaltað smjör

Þeytið 3 eggjahvítur í meðalstórri skál þar til þær freyða. Bætið vínsteinsrjómanum, salti og sætuefni út í og þeytið að stífum toppum. Klæðið bökunarplötu með bökunarpappír og hellið marengsnum á pappírinn.

Gerðu fyllinguna á meðan: Blandaðu vatni, sítrónuberki og safa, salti, sætuefni og maíssterkju saman í meðalstóran pott. Látið suðuna koma upp við meðalháan hita, hrærið stöðugt í.

Þeytið tvö egg og tvær eggjahvítur í lítilli skál. Hrærið um helmingnum af heitu maíssterkjublöndunni út í og hrærið síðan þessari eggjablöndu aftur í maíssterkjublönduna sem eftir er á pönnunni. Eldið og hrærið við lágan hita í 1 mínútu.

Takið af hellunni og hrærið smjörinu saman við. Hellið blöndunni í soðna og kælda marengsskelina. Toppið með sneiðum jarðarberjum og berið fram í einu.

33. Ítölsk ostakaka

HRÁEFNI:

2 bollar ricotta ostur að hluta

3 stór egg

2 matskeiðar maíssterkju

2 pakkar aspartam sætuefni

1½ tsk sítrónuþykkni

1 bolli fersk hindber

¼ bolli af rauðum rifsberjum af öllum ávöxtum

Forhitið ofninn í 325°F. Smjörið 9 tommu tertudisk. Í stórri skál, þeytið ricotta og egg saman þar til það er slétt.

Þeytið maíssterkju, sætuefni og sítrónuþykkni út í. Snúðu í tilbúna tertudiskinn. Bakið í miðri hillu í ofninum í 1 klukkustund, eða þar til hnífur sem stungið er í miðjuna kemur hreinn út.

Kælið á vírgrind, kælið síðan. Toppið með ferskum hindberjum. Bræðið steikina í örbylgjuofni á háu (100 prósenta krafti) í 30 sekúndur, dreypið síðan yfir berin.

Geymið í kæli þar til borið er fram.

34. Sítrónuló

HRÁEFNI:

2 stór egg, aðskilin

2 bollar mjólk

1 umslag óbragðbætt gelatín

1 pakki aspartam sætuefni

1 matskeið sykur

2 tsk sítrónuþykkni

1 tsk rifinn sítrónubörkur

Þeytið eggjarauður í meðalstórum potti þar til þær eru þykkar og sítrónuríkar. Hrærið mjólkinni og gelatíninu saman við og setjið til hliðar í 5 mínútur til að mýkjast.

Bætið sætuefninu og sykri út í og eldið við lágan hita, hrærið stöðugt í, í 5 mínútur. Takið af hellunni og hrærið sítrónuþykkni og börk saman við.

okkar í stóra, grunna skál og kælið í stórri skál fylltri með ísvatni.

Á meðan, í meðalstórri skál, þeytið eggjahvíturnar þar til mjúkir toppar myndast. Blandið saman við sítrónublönduna.

Setjið í sex eftirréttarrétti með skeið og kælið þar til stíft.

35. Reykt kjúklingabaunatúnfisksalat

KIKKERTÚNFÖR:

15 únsur. af soðnum kjúklingabaunum niðursoðinn eða annað.

2-3 matskeiðar mjólkurlaus jógúrt eða vegan majó.

2 tsk Dijon sinnep.

1/2 tsk malað kúmen.

1/2 tsk reykt paprika.

1 msk ferskur sítrónusafi.

1 sellerístilkur skorinn í teninga.

2 laukar saxaðir.

Sjávarsalt eftir smekk.

SAMKOMULAGSAMSETNING :

4 stykki af rúgbrauði eða spíruðu hveitibrauði.

1 bolli ungbarnaspínat.

1 avókadó skorið eða í teninga.

Salt + pipar.

LEIÐBEININGAR:

Útbúið kjúklingabaunatúnfisksalatið

Í matvinnsluvél, púlsaðu kjúklingabaunirnar þar til þær líkjast grófri, mylsnu áferð. Hellið kjúklingabaununum með skeið í meðalstóra skál og setjið afganginn af virku innihaldsefnunum í, hrærið þar til þær eru vel blandaðar. Kryddið með miklu sjávarsalti eftir eigin smekk.

Búðu til samlokuna þína

Leggðu barnaspínatið á hverja brauðsneið; bæta við nokkrum hrúgum af kjúklingabaunatúnfisksalati, dreift jafnt yfir. Toppið með avókadósneiðum, nokkrum kornum af sjávarsalti og nýmöluðum pipar.

36. Thai quinoa salat

FYRIR SALATIÐ:

1/2 bolli soðið kínóa Ég notaði blöndu af rauðu og hvítu.

3 matskeiðar rifin gulrót.

2 matskeiðar rauð paprika, varlega skorin í sneiðar.

3 matskeiðar agúrka, fínt skorin.

Ef það er frosið, 1/2 bolli edamame afþíðað.

2 laukar, smátt saxaðir.

1/4 bolli rauðkál, fínt skorið.

1 msk kóríander, varlega saxað.

2 matskeiðar ristaðar jarðhnetur, saxaðar (má sleppa).

Að smakka salt.

TÆLENSUR HNETUDRESSING:

1 msk rjómalöguð náttúrulegt hnetusmjör.

2 tsk lágsalt sojasósa.

1 tsk hrísgrjónaedik.

1/2 tsk sesamolía.

1/2 - 1 tsk sriracha sósa (má sleppa).

1 Hvítlauksgeiri, saxaður varlega.

1/2 tsk Rifinn engifer.

1 tsk sítrónusafi.

1/2 tsk agave nektar (eða hunang).

LEIÐBEININGAR:

Gerðu taílenska hnetusósu:

Blandið öllum hráefnunum saman í litla skál og blandið þar til vel blandað saman.

Til að gera salatið:

Blandið kínóa saman við grænmetið í blöndunarskál. Setjið dressinguna með og blandið vel saman til að blandast saman.

Úðið ristuðu hnetunum ofan á og berið fram!

37. Tyrkneskt baunasalat

FYRIR SALATIÐ:

1 1/2 bollar soðnar hvítar baunir.

1/2 bolli saxaðir tómatar.

1/2 bolli gúrka í sneiðum.

2 grænar paprikur, sneiddar.

1/4 bolli sneið steinselja.

1/4 bolli saxað ferskt dill.

1/4 bolli niðurskorinn grænn laukur.

4 harðsoðin egg.

KLÆÐINGAR

Fyrir hröðu lauksúrurnar:

2 bollar heitt vatn.

2 rauðlaukar, þunnar sneiðar.

1 msk sítrónusafi.

1 tsk edik.

1 tsk salt.

1 tsk sumak.

LEIÐBEININGAR:

Í stórri skál skaltu sameina alla hluti fyrir salatið fyrir utan eggin.

Þeytið hvað sem er fyrir dressinguna og setjið yfir salatið. Hrærið vel í og setjið egg í sneiðar eða helming.

Til að búa til fljótandi lauksúrur:

Kasta sneiðum laukum í mjög heitt vatn, blanchaðu í eina mínútu og færðu þá í mjög kalt vatn til að hætta að elda. Látið þær liggja í köldu vatni í nokkrar mínútur og látið renna vel af.

Blandið saman sítrónusafa, salti, ediki og súmak og setjið þetta yfir tæmd laukinn. Það er allt stillt til að nýta innan 5 til 10 mínútna. Því lengur sem það bíður, því bjartari er liturinn.

Bætið rauðlauk út í salatblönduna og hrærið vel í henni. Skildu eftir auka lauk fyrir toppinn.

Skiptu salatinu í skálar og leiddi með nokkrum fleiri rauðlauk.

38. Grænmetis- og quinoa skálar

GRÆNTÆTI:

4 meðalstórar heilar gulrætur.

1 1/2 bollar ungbarnagular kartöflur í fjórðungi.

2 matskeiðar hlynsíróp.

2 matskeiðar ólífuolía.

1 holl klípa hvert sjávarsalt + svartur pipar.

1 msk ferskt rósmarín í sneiðum.

2 bollar helmingaður rósakál.

KÍNOA:

1 bolli hvítt kínóa vel skolað + tæmt.

1 3/4 bollar vatn.

1 klípa sjávarsalt.

SÓSA:

1/2 bolli tahini.

1 meðalstór sítróna, safi (afrakstur - 3 matskeiðar eða 45 ml).

2-3 matskeiðar hlynsíróp.

Fyrir framreiðslu valfrjálst:

Ferskar kryddjurtir (steinselja, timjan og svo framvegis).

Granatepli arils.

LEIÐBEININGAR:

Forhitaðu ofninn í 400 gráður F (204 ° C) og klæddu bökunarplötu með bökunarpappír

Setjið gulrætur og kartöflur á blaðið og dreypið helmingnum af hlynsírópinu, helmingnum af ólífuolíu, salti, pipar og rósmarín yfir. Kasta til að sambætta. Bakið síðan í 12 mínútur.

Í millitíðinni skaltu hita pönnu yfir meðalháum hita. Þegar það er orðið heitt skaltu bæta við skoluðu kínóa til að steikja það létt áður en vatni er bætt við til að gufa upp afganginn af bleytu og draga fram hnetubragð.

Undirbúið í 2-3 mínútur, hrærið oft. Bætið við vatni og klípu af salti. Að lokum, undirbúið dressingu .

Til að bera fram skaltu skipta kínóa og grænmeti á milli framreiðsluskála og drekka ríkulega af tahinisósu. Leiðandi með skreytingarvali eins og granateplum eða ferskum kryddjurtum.

39. Quinoa kjúklingabauna búdda skál

KÆKURÆNUR:

1 bolli þurrar kjúklingabaunir.

1/2 tsk sjávarsalt.

KÍNOA:

1 msk ólífu-, vínberja- eða avókadóolía (eða kókos).

1 bolli hvítt kínóa (vel skolað).

1 3/4 bolli vatn.

1 holla klípa sjávarsalt.

Grænkál:

1 stór pakki hrokkið grænkál

Tahini sósa:

1/2 bolli tahini.

1/4 tsk sjávarsalt.

1/4 tsk hvítlauksduft.

1/4 bolli vatn.

TIL AFREISUNAR:

Ferskur sítrónusafi.

LEIÐBEININGAR:

Annaðhvort leggið kjúklingabaunir í bleyti yfir nótt í köldu vatni eða notaðu fljótlega bleytiaðferðina: Bætið skoluðum kjúklingabaunum í stóran pott og hyljið með 2 tommu vatni. Tæmið, skolið og setjið aftur í pottinn.

Til að elda bleytar kjúklingabaunir, bætið við í stóran pott og hyljið með 2 tommu af vatni. Látið suðuna sjóða við háan hita, lækkið síðan hitann niður í suðuna, blandið í salti og hrærið í og eldið án loks í 40 mínútur - 1 klukkustund og 20 mínútur.

Prófaðu baun eftir 40 mínútna markið til að sjá hversu mjúk þau eru. Þú ert að leita að einfaldlega mjúkri baun með smá biti og skinnið mun byrja að sýna vísbendingar um flögnun. Um leið og þau eru tilbúin skaltu tæma baunirnar og setja til hliðar og strá yfir aðeins meira salti.

Undirbúðu dressinguna með því að setja tahini, sjávarsalt og hvítlauksduft í litla blöndunarskál og þeyta til að blandast saman. Bætið síðan vatni við smá í einu þar til það myndar hella sósu.

Bætið 1/2 tommu vatni á meðalstóra pönnu og látið sjóða við meðalhita. Takið grænkálið samstundis af hitanum og setjið yfir í lítið fat til framreiðslu.

40. Avókadó kjúklingasamloka

HRÁEFNI:

1 dós ekkert salt bætt við kjúklingabaunum tæmd rör og skoluð.

1 stórt þroskað avókadó.

1 1/2 msk sítrónusafi.

1/2 tsk heitur chilipipar smátt saxaður.

Salt og pipar.

4 sneiðar heilkorn ræktuðu brauð.

1 stór fjársjóður tómatur skorinn í sneiðar.

1/2 bolli sætt örgrænt.

1/2 bolli rifin gulrót.

1/2 bolli tilbúin og rifin rófa.

LEIÐBEININGAR:

Maukið avókadóið í skál þar til það er tiltölulega slétt, bætið sítrónusafanum, heitum chilipiparnum og kjúklingabaunum út í. Kryddið með salti og pipar.

Til að setja saman samlokuna skaltu setja tómatasneiðarnar á eina brauðsneið, bæta við örgrænu, rauðrófum, kjúklingabaunasalatinu og gulrótunum. Njóttu!

41. Spíra með grænum baunum

HRÁEFNI:

600 g rósakál, skorið í fjórða og skorið.

600 g grænar baunir.

1 msk ólífuolía.

Börkur og safi 1 sítróna.

4 matskeiðar ristaðar furuhnetur.

LEIÐBEININGAR:

Eldið í nokkrar sekúndur, bætið síðan grænmetinu út í og hrærið í 3-4 mínútur þar til spírarnir litast aðeins.

Bæta við kreista af sítrónusafa og salti og pipar eftir smekk.

42. Svínakjöt með spaghetti squash

HRÁEFNI:

1 tsk ólífuolía

12 aura svínalund, skorin í 1 tommu þykka medaillon

½ tsk kosher salt

¼ tsk nýmalaður svartur pipar

1 matskeið saxaður skalottlaukur

1 bolli þurrt rauðvín

¼ teskeið maíssterkju

Rifinn börkur úr ½ sítrónu auk 2 tsk ferskur sítrónusafi

1 matskeið af öllum ávöxtum (ekki bætt við sykri) rauðberjahlaup

1 tsk Dijon sinnep

2 bollar ristað Spaghetti Squash

Hitið stóra pönnu yfir miðlungsháan hita og filmu hana síðan með olíunni. Þurrkaðu svínakjötsbitana á meðan á pappírsþurrku og kryddaðu með salti og pipar. Steikið þar til það er stökkt og brúnt að utan, og ekki lengur bleikt í miðjunni, 3 til 4 mínútur á hlið. Færið yfir á heita matardiska og geymið.

Bætið skalottlaukunum á pönnuna og eldið í um 30 sekúndur. Bætið víninu út í, látið suðuna koma upp og minnkið niður í um ¼ bolla, 5 mínútur eða svo. Leysið maíssterkjuna upp í sítrónusafanum og þeytið henni út í sósuna. Eldið, hrærið, þar til sósan er orðin þykk og satínrík. Takið af hellunni og hrærið hlaupinu og sinnepi saman við. Smakkið til og stillið krydd með salti og pipar.

Til að bera fram skaltu búa til hreiður úr ristuðu spaghettí-squash á hverjum disk og toppa með svínakjötsmedalíurum og sósu.

43. Kryddaður quinoa falafel

HRÁEFNI:

1 bolli soðið kínóa.

1 dós garbanzo baunir.

Helmingur af litlum rauðlauk.

1 msk Tahini.

2 tsk kúmenduft.

1 tsk kóríanderduft.

1/4 bolli saxuð steinselja.

3 hvítlauksrif.

Safi úr hálfri sítrónu.

1 msk kókosolía.

1 msk tamari (GF sojasósa).

1/2 - 1 tsk chili flögur.

Undirbúningur sjávarsalts.

LEIÐBEININGAR:

Kasta garbanzo baunum, rauðlauk, hvítlauk, tahini, chili flögum, kúmeni, kóríander, sítrónusafa og salti í matarkvörn og púlsa og slökkva í 15 sekúndur þannig að það brýtur niður baunirnar, hins vegar gerir það ekki ekki mauka þá.

Rúllaðu blöndunni með höndunum í litlar kúlur (um 2 matskeiðar af deigi fyrir hverja) og settu á bökunarplötu.

Settu þær í kæliskáp í 1 klst.

Stráið smá hveiti yfir á báðar hliðar.

Hitið kókosolíu á stórri pönnu á miðlungshita.

Bætið falafelkúlunum út í og steikið 3-5 mínútur á hvorri hlið.

44. Karabískt salt 'fiskur'

4 skammtar

HRÁEFNI

- 820g hita af lófa
- 2 vorlaukar
- 1 gulur laukur
- 2 meðalstórir tómatar
- 4 hanskar hvítlaukur
- 1 rauð paprika
- 1 appelsínu paprika
- 1 matskeið tamari
- 2 matskeiðar nori flögur
- 1 tsk ferskt timjan
- safi af sítrónu
- bleikt salt og pipar
- handfylli af ferskri steinselju
- jurtaolía eða vatn til eldunar

LEIÐBEININGAR:

a) Saxaðu eða púlsaðu lófahjartað í matvinnsluvél þar til þú færð rétta þykktina.

b) Saxið paprikuna og græna laukinn og skerið gula laukinn smátt.

c) Bætið paprikunni og báðum laukunum á pönnu og steikið í 5 mínútur þar til þær eru létteldaðar.

d) Bætið afganginum að frádregnum steinseljunni á pönnuna, blandið vel saman og eldið í 5 mínútur í viðbót. Slökkvið á hitanum og skreytið svo með fullt af ferskri steinselju.

45. Spínatsalat með brauðávöxtum

GERIR 6
HRÁEFNI
SPINATSALAT
- 1 pund (500 g) ferskt spínat, þvegið og þurrkað
- 1 tsk salt 1 tsk olía
- 1 meðalstór laukur, sneiddur
- 6 vorlaukar, þunnar sneiðar
- 2 matskeiðar sítrónusafi 2 matskeiðar ólífuolía

BRAUÐÁvextir
- 1 grænn til hálfþroskaður brauðávöxtur
- Mikið saltað vatn
- Olía, til steikingar

LEIÐBEININGAR:

a) Til að útbúa spínatsalatið skaltu rífa spínatið í stóra bita og setja það í stórt, grunnt fat. Stráið salti yfir og setjið til hliðar í 15 mínútur.

b) Á meðan hitarðu olíuna á pönnu yfir miðlungshita. Bætið lauknum út í og steikið þar til hann er mjúkur og hálfgagnsær, um það bil 5 mínútur. Setja til hliðar.

c) Tæmið spínatið, þerrið og setjið blöðin í skál. Bætið vorlauknum, sítrónusafanum og ólífuolíu út í. Hrærið létt og skreytið með steiktum lauknum.

AÐ ÚRBÚA BRAUÐÁVININ

d) Afhýðið brauðávextina, skerið það í fernt og fjarlægið kjarnann. Skerið langsum í þykka báta og látið liggja í bleyti í

1 klukkustund í söltu vatni. Takið sneiðarnar úr vatninu og þurrkið þær með pappírshandklæði.

e) Hitið nægilega olíu til að hylja botninn á stórri pönnu yfir miðlungsháum hita, þar til hún er mjög heit, en reykir ekki. Steikið brauðsneiðarnar nokkrar í einu þar til þær eru gullinbrúnar, um 3 til 5 mínútur. Tæmið á pappírshandklæði og saltið létt ef vill. Berið fram með spínatsalatinu.

46. Hröð Harissa kjúklingur og Tabbouleh

Gerir: 4 máltíðir

Hráefni

- 50 g harissa mauk
- 1 tsk extra virgin ólífuolía
- 1 klípa selasalt
- 3 x kjúklingabringur (prófaðu húðina fyrir auka bragð)
- 180 g búlgarhveiti eða kúskús (þurrþyngd)
- 40 g steinselja (stilkar og blöð)
- 20 g myntulauf
- 6-8 x vorlaukar
- 1/2 gúrka
- 4 x tómatar
- 6 matskeiðar grísk jógúrt
- 1/2 sítróna (safi og börkur)
- 1 hvítlauksrif (hakkað)
- 1 klípa af sjávarsalti
- 1 handfylli af granateplafræjum (má sleppa)

Leiðbeiningar

a) Fyrir kjúklinginn: Hitið ofninn í 190°C. Blandið harissa maukinu, ólífuolíu og klípu af salti í litla skál.

b) Skerið toppana á kjúklingabringunum með beittum hníf, nuddið svo harissablöndunni yfir kjúklingabringurnar og inn í riflínurnar.

c) Á meðan þú bíður skaltu búa til tabbouleh. Eldið búlgarhveiti eða kúskús samkvæmt leiðbeiningunum á bakhlið pakkans. Þegar það hefur verið soðið, hellið af, hellið í stóra blöndunarskál og aðskilið kornin með gaffli. Látið kólna.

d) Saxið steinselju, myntulauf, vorlauk, gúrku og

e) Fyrir dressinguna: Blandaðu einfaldlega grískri jógúrt, sítrónusafa og -börk, söxuðum hvítlauk og sjávarsalti saman í skál.

f) Þegar allir íhlutir eru tilbúnir skaltu skipta í þrjú Tupperware ílát. Látið kólna, geymið síðan í kæli og geymið í allt að 3 daga.

47. Harissa kjúklingur og marokkóskt kúskús

Þjónar 4

Hráefni

- 500 g beinlaus, roðlaus kjúklingalæri
- 1 matskeið extra virgin ólífuolía
- 2 matskeiðar harissa mauk
- ½ sítróna (safa)
- 1 laukur (fínt saxaður)
- 3 hvítlauksrif (mulin)
- 2 matskeiðar kókosolía
- 1 tsk kúmen
- 1 tsk reykt paprika
- 350 g kúskús
- 1 grænmetiskraftsteningur
- 1 lítri soðið vatn
- 1 búnt fersk steinselja (fínt söxuð)
- 1 tsk chilli flögur
- 40 g furuhnetur
- 50 g rúsínur

Leiðbeiningar

a) Bætið fyrst ólífuolíu, harissa mauki, salti, pipar og sítrónusafa við kjúklingalærin og nuddið maukinu inn í þau. Þegar það hefur verið húðað, setjið til hliðar og látið marinerast.

b) Á meðan, saxið laukinn og hvítlaukinn, hitið síðan matskeið af kókosolíu á pönnu sem festist ekki. Bætið lauknum út í og eldið í 5 mínútur þar til hann er mjúkur.

c) Bætið hvítlauknum á pönnuna og eldið í 2 mínútur áður en kúmeninu og reyktri paprikunni er bætt út í. Hrærið kryddi út í lauk og hvítlauk og hrærið síðan þurra kúskúsinu saman við.

d) Blandið grænmetiskraftinum og sjóðandi vatni saman við og bætið svo á pönnuna. Hrærið allt þar til það hefur blandast saman og látið kúskúsið drekka í sig vökva.

e) Á meðan hitarðu afganginn af matskeiðinni af kókosolíu á steypujárnspönnu eða pönnu á háum hita. Bætið harissa kjúklingalærunum út í og steikið í 4-5 mínútur á hvorri hlið, áður en það er tekið af pönnunni og sett til hliðar.

f) Þegar kúskúsið hefur sokkið í sig grænmetiskraftinn og tvöfaldast að stærð, setjið yfir í stóra skál og bætið við rúsínum, furuhnetum, steinselju, safa úr $\frac{1}{2}$ sítrónu, salti, pipar og chiliflögum.

g) Bættu kúskúsbeði við hvert af ílátunum þínum til að undirbúa máltíðina og settu niðursneidda harissa kjúklinginn ofan á.

48. Rjómalöguð sítrónu- og timjankjúklingur

Þjónar 6

Hráefni

- 2 tsk ferskt timjan
- 2 tsk blandaðar kryddjurtir
- Salt og pipar eftir smekk
- 6 beinlaus, roðlaus kjúklingalæri
- 1 matskeið olía
- 1 laukur (hakkað)
- 2 hvítlauksgeirar (saxaðir)
- Safi úr 1 sítrónu
- 100ml kjúklingakraftur
- 200ml crème fraiche
- Sítrónu sneiðar
- Ferskt timjan

Tillögur um framreiðslu:

- Quinoa (um það bil 50g í hverjum skammti)
- Mjúkt stilkur spergilkál

Leiðbeiningar

a) Fyrst skaltu undirbúa kryddið með því að blanda fersku timjan, blönduðum kryddjurtum, salti og pipar í litla skál. Stráið ríkulega yfir kjúklingalærin, passið að hjúpa það jafnt og haltu því kryddi sem eftir er til hliðar til að nota síðar.

b) Næst skaltu bæta olíunni á stóra pönnu yfir meðalhita. Þegar það er orðið heitt skaltu bæta kjúklingalærunum við og steikja í nokkrar mínútur á hvorri hlið. Þær eiga að vera stökkar og brúnaðar að utan og alveg eldaðar að innan (án bleikum bita). Takið kjúklinginn af pönnunni og setjið til hliðar.

c) Á sömu pönnu og þú eldaðir kjúklinginn, bætið lauknum og hvítlauknum út í og steikið í nokkrar mínútur þar til það er mjúkt. Bætið síðan sítrónusafanum, kjúklingakraftinum og einhverju af kryddblöndunni sem eftir er út í, hrærið vel saman og leyfið að bóla í nokkrar mínútur.

d) Bætið crème fraiche út í, hrærið í og látið sjóða í 2-3 mínútur í viðbót til að þykkna. Bætið svo kjúklingalærunum aftur í pönnuna og leyfið að hitna í nokkrar mínútur.

e) Takið af hellunni og skreytið með ferskum sítrónusneiðum og stráð af timjan. Berið fram með kínóa og njóttu strax eða skammtaðu fyrir máltíðina þína fyrir vikuna. Ljúffengur.

49. Kjúklingur og Chorizo Paella

Þjónar 5

Hráefni

- 100 g chorizo
- 500 g kjúklingalæri án roðs
- Salt og pipar eftir smekk
- 1 laukur (hakkað)
- 1 tsk túrmerik
- 1 tsk paprika
- 2 hvítlauksrif (hakkað)
- 1 rauð paprika (sneidd)
- 225 g paella hrísgrjón
- 400ml kjúklingakraftur
- 4 tómatar (saxaðir)
- 100 g baunir

Til að skreyta:

- Sítrónu- og limebátar
- Fersk steinselja

Leiðbeiningar

a) Bætið fyrst chorizo bitunum á stóra pönnu sem festist ekki og eldið í nokkrar mínútur þar til hliðarnar byrja að brúnast og olíur losna. Fjarlægðu síðan og settu til hliðar til síðar.

b) Bætið kjúklingalærunum á pönnuna og eldið í náttúrulegu olíunum úr kóríazóinu. Kryddið með salti og pipar og steikið í gegn þar til það er brúnt á hvorri hlið og enginn bleikur er eftir. Takið af pönnunni og setjið til hliðar líka.

c) Bætið næst söxuðum lauknum út í og steikið í nokkrar mínútur þar til hann mýkist. Bætið síðan túrmerikinu, paprikunni, hvítlauknum og rauðum pipar út í og hrærið vel til að hjúpa allt í kryddinu.

d) Eftir nokkrar mínútur er paella hrísgrjónunum bætt út í og hrært í. Hellið þá kjúklingakraftinum og söxuðum tómötum út í og blandið öllu saman þar til það er jafnt blandað.

e) Bætið chorizo bitunum aftur á pönnuna og hrærið í, bætið svo kjúklingalærunum út í. Lokið pönnunni með loki og látið malla í 15 mínútur til að leyfa hrísgrjónunum að eldast og drekka í sig vökvann.

f) Bætið að lokum baununum út í, hrærið í og leyfið að hitna í nokkrar síðustu mínútur áður en hitað er tekið af. Berið fram með miklu af lime og sítrónubátum og skreytingu af ferskri steinselju.

50. Svefnuð túnfisksteik og sætar kartöflubátar

Gerir 4

Hráefni

Fyrir túnfisksteikurnar:

- 4 x 150 g túnfisksteikur
- 1 tsk gróft sjávarsalt
- 1 matskeið 100% kókosolía (brætt)
- 2 matskeiðar bleik piparkorn
- Fyrir sætu kartöflurnar:
- 4 stórar sætar kartöflur
- 1 matskeið venjulegt hveiti
- 1/2 tsk salt
- 1/2 tsk pipar
- 1/2 matskeið 100% kókosolía (brætt)

Leiðbeiningar

a) Fyrst skaltu forhita ofninn þinn í 200°C.

b) Undirbúið síðan sætu kartöflurnar. Skrúbbið hverja kartöflu og stingið í alla með gaffli. Settu á örbylgjuofn disk og örbylgjuofn á hátt í 4-5 mínútur, taktu síðan úr örbylgjuofninum og láttu kólna í eina eða tvær mínútur.

c) Þegar þær eru orðnar nógu köldar til að snerta þær, skerið þær niður í báta. Stráið hveiti, salti, pipar og bræddu kókosolíu yfir bátana og hristið þá aðeins til að hjúpa þá (þetta verður ofurstökkt). Setjið þær á bökunarplötu og bakið við 200°C í 15-20 mínútur.

d) Þegar sætu kartöflufrönskurnar eru næstum tilbúnar er kominn tími til að elda túnfisksteikurnar þínar. Húðaðu hverja steik með bræddri kókosolíu á báðum hliðum, stráðu síðan salti yfir og settu í stóra steikarpönnu eða pönnu sem hefur þegar verið yfir hitanum í eina mínútu eða svo.

e) Steikið túnfisksteikurnar á hvorri hlið í 1-2 mínútur ef þú vilt frekar steiktan túnfisk, eða 3-4 mínútur á hvorri hlið ef þú vilt hafa hann í gegn.

f) Undirbúið máltíðarboxið með salati eða spínatlaufum, skiptið síðan sætu kartöflubátunum í sundur og bætið loks túnfisksteik út í. Stráið steikinni yfir muldum bleikum piparkornum og berið fram með sítrónubát.

g) Geymið í loftþéttum umbúðum í kæli í allt að 3 daga. Þegar þú ert tilbúinn til að borða skaltu fjarlægja lokið og setja það lauslega aftur ofan á og skilja eftir smá bil. Örbylgjuofn á háu í 3 ½ mínútu eða þar til pípa heitt. Látið standa í 1 mínútu áður en þú borðar.

51. Fljótlegur kryddaður Cajun lax og hvítlaukur grænmeti

Hráefni

- 3 hvítlauksgeirar (gróft saxaðir)
- 1 sítróna (sneið í mjög þunna hringa)
- 3 villt laxaflök
- 1,5 msk cajun krydd
- 1 matskeið ólífuolía
- 1 tsk gróft sjávarsalt og svartur pipar
- 180g (þurrþyngd) kúskús
- 10-12 stilkar spergilkál
- 2 kúrbít

Leiðbeiningar

a) Hitið ofninn í 160°C. Saxið þurru endana á mjúku spergilkálinu af (um það bil 1 cm) og blandið kúrbítnum í spíral.

b) Settu spergilkálið í djúpa bökunarplötu, settu síðan kúrbítinn, hvítlaukinn og sítrónuna yfir og kryddaðu með sjávarsalti og svörtum pipar. Dreypið smá ólífuolíu yfir.

c) Nuddið laxaflökin á allar hliðar með afganginum af ólífuolíu og cajun kryddinu og setjið þau síðan ofan á grænmetið með skinnhliðinni upp. Bakið í 25 mínútur, hækkið síðan hitann í

180°C og bakið í 5 mínútur í viðbót þar til húðin fer að stökkva.

d) Eldið kúskús samkvæmt **leiðbeiningunum** á pakkningunni og skiptið síðan í 3 Tupperware ílát. Skiptið laxinum, grænmetinu og nokkrum sítrónusneiðum á ílátin og látið kólna. Lokið og kælið í allt að 3 daga.

e) Þegar þú ert tilbúinn til að borða skaltu elda í örbylgjuofni á fullu afli í 3 mínútur eða þar til það er pípa heitt.

52. Túnfiskpastasalat

Þjónar 3

Hráefni

- 200 g soðið pasta
- 2 dósir túnfiskur
- 1 dós maís (100g)
- 2 gulrætur (rifnar)
- 1 gul paprika (hægelduð)

Fyrir dressinguna:

- 4 matskeiðar ólífuolía
- 1 sítróna (safi og börkur)
- ½ tsk hvítlauksduft
- Salt og pipar eftir smekk

Leiðbeiningar

a) Gerðu fyrst dressinguna með því að bæta olíu, sítrónusafa og -börk, hvítlauksdufti og salti og pipar í litla skál og hræra vel saman.

b) Næst skaltu bæta soðnu pastanu þínu í stóra skál og síðan bæta við rifnum gulrótum, sætukorni, hægelduðum pipar og tæmdum túnfiski. Hellið dressingunni yfir og notið síðan stóra skeið til að blanda öllu varlega saman svo allt dreifist jafnt.

c) Skjótið í 3 máltíðarílát og geymið í ísskáp næstu daga. Hádegismatur raðað.

53. Miðjarðarhafs Tyrkland Kjötbollur með Tzatziki

Borðar: 50

Hráefni:

- 2 pund malaður kalkúnn
- 2 matskeiðar ólífuolía
- 1 meðalstór laukur, smátt saxaður
- Klípa af salti
- 1 meðalstór kúrbít, rifinn
- 1½ msk kapers, saxaðar
- ½ bolli sólþurrkaðir tómatar, saxaðir
- 2 sneiðar heilhveitibrauð (eða hvítt brauð)
- ½ bolli steinselja
- 1 egg
- 1 stór hvítlauksgeiri, smátt saxaður
- ½ tsk kosher salt
- ½ tsk svartur pipar
- 1 msk Worcestershire sósa
- ½ bolli rifinn eða rifinn parmesanostur

- 2 matskeiðar fínt söxuð fersk mynta

Fyrir tzatziki sósu

- 8 aura fitusnauð jógúrt
- 1 stór hvítlauksgeiri, saxaður
- 1 sítróna, rifin
- 1 matskeið fersk mynta
- ½ agúrka, afhýdd

Leiðbeiningar:

a) Hitið ofninn í 375 gráður. Útbúið tvær bökunarplötur með því að klæða þær með álpappír og úða með grænmetisspreyi.

b) Hitið 1 matskeið af ólífuolíu yfir miðlungs háum hita á meðalstórri pönnu. Bætið lauknum og klípu af salti út í og steikið þar til hann er hálfgagnsær. Flyttu lauk í stóra skál.

c) Bætið restinni af matskeiðinni af ólífuolíu á pönnuna og bætið rifnum kúrbít út í. Stráið klípu af salti yfir og eldið þar til kúrbíturinn er visnaður og mýktur – um það bil 5 mínútur. Flyttu kúrbít í skálina með lauknum. Bætið kapersnum og sólþurrkuðu tómötunum saman við og hrærið saman.

d) Settu brauðið í skál lítillar matvinnsluvélar og púlsaðu þar til þú hefur fína brauðmylsnu. Bætið steinseljunni út í og pulsið nokkrum sinnum þar til steinseljan er saxuð og vel blandað saman við brauðmylsnuna. Flyttu brauðmylsnu yfir í skálina. Bætið egginu, hvítlauknum, kosher salti, svörtum pipar, Worcestershire sósu, parmesanosti og myntu í skálina og hrærið.

e) Bætið kalkúnakjötinu út í og notið hendurnar vinnið kalkúninn í bindiefnið þar til hann hefur blandast vel saman. Skelltu út matskeið af kalkúnablöndu og rúllaðu henni á milli handanna til að mynda kjötbollu. Settu kjötbollurnar á kökuplötuna með um 1 tommu millibili. Bakið í 20-25 mínútur þar til þær eru ljósbrúnar og eldaðar í gegn.

f) Gerðu á meðan tzatziki sósuna: Blandaðu hvítlauk, sítrónu, myntu og agúrku saman í litla skál og hrærðu í blöndunni. Bætið jógúrtinni út í og hrærið til að blanda saman. Lokið og kælið þar til tilbúið til framreiðslu.

g) Færið kjötbollurnar yfir á fat og berið tzatziki fram til hliðar.

54. Auðvelt mexíkóskt kjúklingasalat

Þjónar 4.

Hráefni

- 19oz dós kjúklingabaunir, skolaðar og tæmdar
- 1 stór tómatur, saxaður
- 3 heilir grænir laukar, sneiddir OR S bolli niðurskorinn rauðlaukur
- 1/4 bolli fínt hakkað kóríander (ferskt kóríander)
- 1 avókadó, skorið í teninga (má sleppa)
- 2 matskeiðar grænmetis- eða ólífuolía
- 1 matskeið sítrónusafi
- 1 tsk kúmen
- 1/4 tsk chili duft
- 1/4 tsk salt

Leiðbeiningar

a) Þeytið olíu, sítrónusafa, kúmen, chiliduft og salt í skál.

b) Bætið kjúklingabaunum, tómötum, lauk, kóríander út í og blandið þar til það er blandað saman.

c) Ef þú notar avókadó skaltu bæta við rétt áður en það er borið fram. Má geyma í kæli í allt að 2 daga.

55. Tófú og spínat Cannelloni

Afgreiðsla 3-4

Hráefni

- 8 cannelloni/manicotti núðlur (glútenlausar ef þarf), soðnar al dente
- 1 16 únsur. krukku af uppáhalds pastasósunni þinni
- 2 matskeiðar ólífuolía
- 1 meðalstór laukur, saxaður
- 1 1o únsur. pakki af frosnu spínati, þíða og saxað – eða 1 poki af fersku barnaspínati, saxað
- 16 únsur. þétt eða silkitófú
- 1/2 bolli kasjúhnetur í bleyti, tæmd og fínmalaðar (valfrjálst)
- 1/4 bolli rifnar gulrætur (valfrjálst)
- 2 matskeiðar sítrónusafi
- 1 hvítlauksgeiri, saxaður
- 1 matskeið næringarger
- 1 tsk salt
- 1/4 tsk svartur pipar

- Rifinn vegan ostur, eins og Daiya (valfrjálst)

Leiðbeiningar

a) Í nonstick pönnu, steikið laukinn í olíunni þar til hann er hálfgagnsær. Hrærið spínatinu saman við og slökkvið á hitanum.

b) Blandið saman tófúinu, kasjúhnetunum (ef þær eru notaðar), gulrótum, sítrónusafa, hvítlauk, næringargeri, salti og pipar í skál.

c) Bætið spínat-lauksblöndunni út í tófúblönduna og hrærið þar til það er vel blandað.

d) Forhitið ofninn í 350F. Hellið þunnu lagi af pastasósu á botninn á 9×133 pönnu.

e) Fylltu hverja soðna skel með fyllingu með því að nota litla skeið. Setjið fylltu skeljarnar á pönnuna og setjið restina af pastasósunni yfir.

f) Hyljið pönnuna með filmu til að koma í veg fyrir að skeljarnar þorni.

g) Bakið í um 30 mínútur, eða þar til það er freyðandi.

h) Ef þú bætir við vegan osti skaltu strá honum ofan á síðustu 2 mínúturnar í ofninum.

56. Reykt kjúklingabaunatúnfisksalat

Kjúklingabaunatúnfiskur:

- 15 únsur. af soðnum kjúklingabaunum niðursoðinn eða annað.
- 2-3 matskeiðar mjólkurlaus jógúrt eða vegan majó.
- 2 tsk Dijon sinnep.
- 1/2 tsk malað kúmen.
- 1/2 tsk reykt paprika.
- 1 matskeið ferskur sítrónusafi.
- 1 sellerístilkur skorinn í teninga.
- 2 laukar saxaðir.
- Sjávarsalt eftir smekk.

Samlokusamsetning:

- 4 stykki af rúgbrauði eða spíruðu hveitibrauði.
- 1 bolli ungbarnaspínat.
- 1 avókadó skorið eða í teninga.
- Salt + pipar.

Leiðbeiningar:

a) Í matvinnsluvél, púlsaðu kjúklingabaunirnar þar til þær líkjast grófri, mylsnu áferð. Hellið kjúklingabaununum með skeið í meðalstóra skál og setjið afganginn af virku innihaldsefnunum í, hrærið þar til þær eru vel blandaðar. Kryddið með miklu sjávarsalti eftir eigin smekk.

b) Leggðu barnaspínatið á hverja brauðsneið; bæta við nokkrum hrúgum af kjúklingabaunatúnfisksalati, dreift jafnt yfir. Toppið með avókadósneiðum, nokkrum kornum af sjávarsalti og nýmöluðum pipar.

57. Thai quinoa salat

Fyrir salatið:

- 1/2 bolli soðið kínóa
- 3 matskeiðar rifnar gulrætur.
- 2 matskeiðar rauð paprika, varlega skorin í sneiðar.
- 3 matskeiðar agúrka, fínt skorin.
- 1/2 bolli edamame
- 2 laukar, smátt saxaðir.
- 1/4 bolli rauðkál, fínt skorið.
- 1 matskeið kóríander, varlega saxað.
- 2 matskeiðar ristaðar jarðhnetur, saxaðar (má sleppa).
- Salt.

Tælensk hnetusósa:

- 1 matskeið rjómalöguð náttúrulegt hnetusmjör.
- 2 tsk lágsalt sojasósa.
- 1 tsk hrísgrjónaedik.
- 1/2 tsk sesamolía.
- 1/2 - 1 tsk sriracha sósa (má sleppa).
- 1 Hvítlauksgeiri, saxaður varlega.

- 1/2 tsk rifinn engifer.
- 1 tsk sítrónusafi.
- 1/2 tsk agave nektar (eða hunang).

Leiðbeiningar:

a) Blandið öllum hráefnunum saman í litla skál og blandið þar til vel blandað saman.

b) Blandið kínóa saman við grænmetið í blöndunarskál. Setjið dressinguna með og blandið vel saman til að blandast saman.

c) Úðið ristuðu hnetunum ofan á og berið fram!

58. Tyrkneskt baunasalat

Fyrir salatið:

- 1 1/2 bollar soðnar hvítar baunir.
- 1/2 bolli saxaðir tómatar.
- 1/2 bolli gúrka í sneiðum.
- 2 grænar paprikur, sneiddar.
- 1/4 bolli sneið steinselja.
- 1/4 bolli saxað ferskt dill.
- 1/4 bolli niðurskorinn grænn laukur.
- 4 harðsoðin egg.

Klæðaburður

- 2 bollar heitt vatn.
- 2 rauðlaukar, þunnar sneiðar.
- 1 matskeið sítrónusafi.
- 1 tsk edik.
- 1 tsk salt.
- 1 tsk sumac.

Leiðbeiningar:

a) Í stórri skál skaltu sameina alla hluti fyrir salatið fyrir utan eggin.

b) Þeytið hvað sem er fyrir dressinguna og setjið yfir salatið. Hrærið vel í og setjið egg í sneiðar eða helming.

c) Kasta sneiðum laukum í mjög heitt vatn, blanchaðu í eina mínútu og færðu þá í mjög kalt vatn til að hætta að elda. Látið þær liggja í köldu vatni í nokkrar mínútur og látið renna vel af.

d) Blandið saman sítrónusafa, salti, ediki og súmak og setjið þetta yfir tæmd laukinn. Það er allt stillt til að nýta innan 5 til 10 mínútna. Því lengur sem það bíður, því bjartari er liturinn.

e) Bætið rauðlauk út í salatblönduna og hrærið vel í henni. Skildu eftir auka lauk fyrir toppinn.

f) Skiptu salatinu í skálar og leiddi með nokkrum fleiri rauðlauk.

59. Grænmetis- og quinoa skálar

Grænmeti:

- 4 meðalstórar heilar gulrætur.
- 1 1/2 bollar ungbarnagular kartöflur í fjórðungi.
- 2 matskeiðar hlynsíróp.
- 2 matskeiðar ólífuolía.
- 1 holl klípa hvert sjávarsalt + svartur pipar.
- 1 matskeið ferskt rósmarín í sneiðar.
- 2 bollar helmingaður rósakál.

Quinoa:

- 1 bolli hvítt kínóa vel skolað + tæmt.
- 1 3/4 bollar vatn.
- 1 klípa sjávarsalt.

Sósa:

- 1/2 bolli tahini.
- 1 meðalstór sítróna, safi (afrakstur - 3 matskeiðar eða 45 ml).
- 2-3 matskeiðar hlynsíróp.

Fyrir framreiðslu valfrjálst:

- Ferskar kryddjurtir (steinselja, timjan og svo framvegis).
- Granatepli arils.

Leiðbeiningar:

a) Forhitaðu ofninn í 400 gráður F (204 ° C) og klæddu bökunarplötu með bökunarpappír

b) Setjið gulrætur og kartöflur á blaðið og dreypið helmingnum af hlynsírópinu, helmingnum af ólífuolíu, salti, pipar og rósmarín yfir. Kasta til að sampætta. Bakið síðan í 12 mínútur.

c) Í millitíðinni skaltu hita pönnu yfir meðalháum hita. Þegar það er orðið heitt skaltu bæta við skoluðu kínóa til að steikja það létt áður en vatni er bætt við til að gufa upp afganginn af bleytu og draga fram hnetubragð.

d) Undirbúið í 2-3 mínútur, hrærið oft. Bætið við vatni og klípu af salti. Að lokum, undirbúið dressingu .

e) Til að bera fram skaltu skipta kínóa og grænmeti á milli framreiðsluskála og drekka ríkulega af tahinisósu. Leiðandi með skreytingarvali eins og granateplum eða ferskum kryddjurtum.

60. Avókadó kjúklingasamloka

Hráefni:

- 1 dós ekkert salt bætt við kjúklingabaunum tæmd rör og skoluð.
- 1 stórt þroskað avókadó.
- 1 1/2 matskeið sítrónusafi.
- 1/2 tsk heitur chilipipar smátt saxaður.
- Salt og pipar.
- 4 sneiðar heilkorn ræktuðu brauð.
- 1 stór fjársjóður tómatur skorinn í sneiðar.
- 1/2 bolli sætt örgrænt.
- 1/2 bolli rifin gulrót.
- 1/2 bolli tilbúin og rifin rófa.

Leiðbeiningar:

a) Maukið avókadóið í skál þar til það er tiltölulega slétt, bætið sítrónusafanum, heitum chilipiparnum og kjúklingabaunum út í. Kryddið með salti og pipar.

b) Til að setja saman samlokuna skaltu setja tómatasneiðarnar á eina brauðsneið, bæta við örgrænu, rauðrófum, kjúklingabaunasalatinu og gulrótunum. Njóttu!

61. Spíra með grænum baunum

Hráefni:

- 600 g rósakál, skorið í fjórða og skorið.
- 600 g grænar baunir.
- 1 matskeið ólífuolía.
- Börkur og safi 1 sítróna.
- 4 matskeiðar ristaðar furuhnetur.

Leiðbeiningar:

a) Eldið í nokkrar sekúndur, bætið síðan grænmetinu út í og hrærið í 3-4 mínútur þar til spírarnir litast aðeins.

b) Bæta við kreista af sítrónusafa og salti og pipar eftir smekk.

62. Svínakjöt með spaghetti squash

Hráefni

- 1 tsk ólífuolía
- 12 aura svínalund, skorin í 1 tommu þykka medaillon
- ½ tsk kosher salt
- ¼ tsk nýmalaður svartur pipar
- 1 matskeið saxaður skalottlaukur
- 1 bolli þurrt rauðvín
- ¼ teskeið maíssterkju
- Rifinn börkur úr ½ sítrónu auk 2 tsk ferskur sítrónusafi
- 1 matskeið af öllum ávöxtum (ekki bætt við sykri) rauðberjahlaup
- 1 tsk Dijon sinnep
- 2 bollar ristað Spaghetti Squash

a) Hitið stóra pönnu yfir miðlungsháan hita og filmu hana síðan með olíunni. Þurrkaðu svínakjötsbitana á meðan á pappírsþurrku og kryddaðu með salti og pipar. Steikið þar til það er stökkt og brúnt að utan, og ekki lengur bleikt í miðjunni, 3 til 4 mínútur á hlið. Færið yfir á heita matardiska og geymið.

b) Bætið skalottlaukunum á pönnuna og eldið í um 30 sekúndur. Bætið víninu út í, látið suðuna koma upp og minnkið niður í um ¼ bolla, 5 mínútur eða svo. Leysið maíssterkjuna upp í sítrónusafanum og þeytið henni út í sósuna. Eldið, hrærið, þar til sósan er orðin þykk og satínrík. Takið af hellunni og hrærið hlaupinu og sinnepi saman við. Smakkið til og stillið krydd með salti og pipar.

c) Til að bera fram skaltu búa til hreiður úr ristuðu spaghettí-squash á hverjum disk og toppa með svínakjötsmedalíurum og sósu.

63. Kryddaður quinoa falafel

Hráefni:

- 1 bolli soðið kínóa.
- 1 dós garbanzo baunir.
- Helmingur af litlum rauðlauk.
- 1 matskeið Tahini.
- 2 tsk kúmenduft.
- 1 tsk kóríanderduft.
- 1/4 bolli saxuð steinselja.
- 3 hvítlauksrif.
- Safi úr hálfri sítrónu.
- 1 matskeið kókosolía.
- 1 matskeið tamari (GF sojasósa).
- 1/2 - 1 tsk chili flögur.
- Undirbúningur sjávarsalts.

Leiðbeiningar:

a) Kasta garbanzo baunum, rauðlauk, hvítlauk, tahini, chili flögum, kúmeni, kóríander, sítrónusafa og salti í matarkvörn og púlsa og slökkva í 15 sekúndur þannig að það brýtur niður baunirnar, hins vegar gerir það ekki ekki mauka þá.

b) Rúllaðu blöndunni með höndunum í litlar kúlur (um 2 matskeiðar af deigi fyrir hverja) og settu á bökunarplötu.

c) Settu þær í kæliskáp í 1 klst.

d) Stráið smá hveiti yfir á báðar hliðar.

e) Hitið kókosolíu á stórri pönnu á miðlungshita.

f) Bætið falafelkúlunum út í og steikið 3-5 mínútur á hvorri hlið.

Sælgæti

64. Lítil sítrónu marengs whoopie pies með sítrónu curd fyllingu

GERIR UM 2 TUFT WHOOPIE PIES

½ bolli kornsykur

¼ bolli ljós púðursykur

3 eggjahvítur, við stofuhita

¼ tsk rjómi af vínsteini

Klípaðu kosher salt

½ tsk vanilluþykkni

⅔ bolli (½ uppskrift) Lemon Curd

Forhitið ofninn í 200 gráður F. Klæðið 2 bökunarplötur með bökunarpappír.

Setjið korn- og púðursykurinn í skál matvinnsluvélar. Púlsaðu í stuttum köstum þar til þau eru vel samsett og fínmöluð. Setja til hliðar.

Setjið eggjahvíturnar í hreina, þurra skál hrærivélar með þeytara, eða hreina, þurra skál sem hægt er að nota með rafmagns hrærivél. (Ef það er jafnvel smá eggjarauða, olía eða vatn í skálinni eða hvítunum, þá stífna þær ekki.) Byrjið að hræra á meðal-lágum hraða. Þegar hvíturnar eru froðukenndar skaltu bæta vínsteinsrjómanum og salti út í og þeyta áfram í um það bil 2 mínútur, eða þar til hvíturnar eru orðnar þykkar og froðukenndar. Aukið hraðann í meðalháan og bætið sykurblöndunni hægt út í, um 1 matskeið í einu. Þegar allur sykurinn er kominn í, aukið hraðann í háan, þeytið þar til stífir, glansandi toppar myndast, um það bil 10 mínútur. Bætið vanillu og þeytið þar til það er bara blandað, um það bil 5 sekúndur.

Setjið marengsinn með skeið í sætabrauðspoka með venjulegum $\frac{1}{2}$ tommu þjórfé eða ziplock poka með einu horninu klippt af. Haltu pokanum hornrétt á bökunarplöturnar og pípuðu litla flata diska, um það bil $1\frac{1}{4}$ tommu í þvermál og $\frac{1}{4}$ tommu á hæð. Bakið þar til marengsarnir eru orðnir þurrir og stökkir, um $1\frac{1}{2}$ klukkustund. Slökktu á ofninum og láttu þær þar kólna alveg.

Til að setja saman kökurnar skaltu raða helmingi marengsins með flatri hlið upp á bökunarplötu. Setjið kælda ostinn í hreinan sætabrauðspoka með venjulegum $\frac{1}{2}$ tommu þjórfé eða annan ziplock poka með einu horninu klippt af. Ræmið um það bil 2 teskeiðar á hvern marengs. Þrýstið marengsnum sem eftir er varlega með flatri hlið niður á ostaskálina. Þegar þeir sitja verða marengsarnir mýkri og seigari.

65. Bestu sítrónustangirnar

GERIR 2 TUFT (1½-X-3-tommu) BÖR

FYRIR SKORPAN:

2½ bollar óbleikt alhliða hveiti

¾ teskeið kosher salt

1 bolli (2 prik) ósaltað smjör, við stofuhita

¾ bolli sykur

2 tsk smátt saxaður sítrónubörkur

1 tsk vanilluþykkni

FYRIR ÁFLAÐIÐ:

6 egg, létt þeytt

2 bollar sykur

¼ bolli auk 1 matskeið óbleikt alhliða hveiti

1 bolli nýkreistur sítrónusafi (frá 4 meðalstórum sítrónum)

1 matskeið auk 2 teskeiðar fínt saxaður sítrónubörkur (úr 2 litlum sítrónum)

½ bolli nýmjólk

½ tsk kosher salt

Sælgætissykur, til framreiðslu

. . . .

Forhitið ofninn í 350 gráður F. Klæðið 9 x 13 tommu bökunarpönnu með álpappír og klæðið álpappírinn létt með matreiðsluúða eða bræddu smjöri.

Til að búa til skorpuna skaltu hræra saman hveiti og salti í lítilli skál. Þeytið smjörið og sykurinn á miðlungshraða þar til það er ljóst á litinn og dúnkennt, um það bil 3 mínútur, með því að nota standhrærivél sem er með hjólafestingunni eða handþeytara. Bætið berki og vanillu saman við og blandið saman til að blanda saman. Lækkið niður í lágan hraða og bætið hveitiblöndunni út í, notið spaða til að skafa botn og hliðar skálarinnar nokkrum sinnum. Hættu að blanda saman þegar innihaldsefnin eru að fullu innbyggð en samt mola. Ekki blanda of mikið því þá verður erfitt að dreifa skorpunni á pönnuna.

Hellið mylsnadeiginu í tilbúna pönnuna og notaðu fingurna til að dreifa því jafnt yfir botninn, þrýstu því létt niður og passaðu að færa deigið aðeins upp með hliðunum á pönnunni til að innihalda áleggið. Bakið þar til brauðbrúnt, um 25 mínútur.

Á meðan er áleggið búið til. Þeytið eggin saman við sykur og hveiti í stórri skál. Hrærið sítrónusafa og -börk, mjólk og salti saman við.

Þegar skorpan er tilbúin skaltu lækka ofnhitann í 325 gráður F. Hrærið innihaldsefnunum saman aftur áður en álegginu er hellt yfir heita skorpuna. Setjið pönnuna í miðjan ofninn og bakið þar til áleggið er stíft þegar það er snert létt, um það bil 20 mínútur. Kældu pönnuna á vírgrindi í að minnsta kosti 30 mínútur eða í stofuhita áður en stangirnar eru skornar. Dustið ríkulega með sælgætissykri áður en það er borið fram.

66. Sítrónu- og valmúafræparfait með jarðarberjum

GERIR 6 TIL 8 SKÓMA

FYRIR MARENGJANNA:

¾ bolli ofurfínn sykur

3 eggjahvítur, við stofuhita

Klípaðu kosher salt

1 matskeið valmúafræ

2 bollar þungur rjómi

⅔ bolli (½ uppskrift) Lemon Curd

2 lítrar fersk jarðarber, afhýdd og skorin í tvennt eða fjórðung

3 matskeiðar sykur

2 matskeiðar nýkreistur sítrónusafi

3 til 4 fersk myntulauf

Hitið ofninn í 200 gráður F. Setjið sykurinn í bökuform eða litla pönnu með hliðum og hitið í ofni í 10 mínútur. Klæðið bökunarplötu með bökunarpappír og setjið til hliðar.

Til að búa til marengs skaltu setja eggjahvíturnar í hreina, þurra skál hrærivélar með þeytara, eða hreina, þurra skál sem hægt er að nota með rafmagns hrærivél. (Ef það er jafnvel smá eggjarauða, olía eða vatn í skálinni eða hvíturnar stífna þær ekki.) Byrjið að hræra á meðalhraða og bætið við smá salti þegar hvíturnar eru froðukenndar. Haltu áfram að þeyta í um það bil 2 mínútur, eða þar til hvíturnar eru orðnar þykkar og froðukenndar. Auktu hraðann í meðalháan og byrjaðu að bæta heitum sykrinum hægt út í, 1 matskeið í einu. Þegar allur sykurinn er kominn í, aukið hraðann í háan, þeytið þar til stífir, glansandi toppar myndast, um það bil 10 mínútur. Blandið valmúafræjunum varlega saman við með spaða.

Leggðu marengsinn á tilbúna bökunarplötuna, gerðu 6 hauga og notaðu bakhliðina á skeið til að fletja toppana aðeins út. Bakið marengsinn þar til hann er þurr og stökkur, um það bil $1\frac{1}{2}$ klukkustund. Þvoið og þurrkið hrærivélarskálina og þeytið og setjið í kæli.

Klæddu 9 x 5 x 3 tommu brauðform með plastfilmu, skildu eftir nógu mikið yfirhengi á öllum hliðum til að hylja toppinn á parfaitnum og gera það auðveldara að lyfta því upp úr pönnunni. Setja til hliðar.

Til að setja parfaitinn saman skaltu bæta rjómanum við kældu hrærivélarskálina eða nota þeytara með kældri, óvirka skál. Þeytið rjómann á meðalhraða, eða með höndunum, þar til mjúkir toppar myndast. Notaðu spaða og blandaðu sítrónukreminu saman við án þess að blanda því alveg saman, bara þar til blandan er röndótt. Brjótið marengsinn í bita, allt frá stórum mola til valhnetuhelminga. Brjótið þeim saman við kremið og hrærið varlega til að dreifa þeim. Hellið blöndunni á tilbúna pönnu, hyljið toppinn með plastfilmu og frystið í að minnsta kosti 4 klukkustundir áður en hún er borin fram.

Á meðan, í meðalstórri skál, blandaðu jarðarberjunum með sykrinum og sítrónusafanum og leyfðu þeim að standa í 30 mínútur, eða þar til síróp myndast. Skerið myntublöðin eftir endilöngu í þunnar ræmur og blandið með berjunum; það ætti að vera aðeins tillaga um myntu, svo hafðu magnið í lágmarki.

Til að bera fram skaltu nota yfirhangandi plastfilmu til að lyfta parfaitinu upp úr pönnunni. Skerið parfaitinn í 1 til $1\frac{1}{2}$ tommu sneiðar og skeiðið berjunum yfir.

67. Súkkulaðifylltar sítrónumöndlumakkarónur

GERIR 2 TUFT MAKARÓNUR

1½ bolli sælgætissykur

1⅓ bollar möndlumjöl

1 msk fínt rifinn sítrónubörkur

4 eggjahvítur, við stofuhita

Klípa af rjóma af tartar

¼ bolli kornsykur

FYRIR FYLLINGU:

½ bolli auk 2 matskeiðar þungur rjómi

2 tsk gróft saxaður sítrónubörkur

Klípaðu kosher salt

6 aura bitursætt súkkulaði, smátt saxað (um 1 bolli)

1 matskeið ósaltað smjör

2 matskeiðar nýkreistur sítrónusafi

Klæðið 2 bökunarplötur með smjörpappír. Í meðalstórri skál, blandið saman sykri, hveiti og börki konditoranna og setjið til hliðar.

Þeytið eggjahvíturnar á meðalhraða í hreinu, þurru skálinni sem er með þeytarafestingunni eða hreinni, þurri skál sem hægt er að nota með handþeytara. Bætið vínsteinskreminu út í og haltu áfram að þeyta þar til hvíturnar halda mjúkum toppum. Aukið hraðann í miðlungs hátt, bætið kornsykrinum rólega út í og þeytið þar til hvíturnar halda þéttum, gljáandi toppum. Hættu áður en þau verða stíf og glansandi.

Sigtið þriðjung af hveitiblöndunni yfir hvíturnar og notaðu spaða til að brjóta hana varlega saman við. Endurtaktu með helmingnum af hveitiblöndunni sem eftir er, blandaðu saman til að blanda saman áður en afganginum af hveitiblöndunni er bætt út í. Deigið á að vera laust, en halda lögun sinni.

Setjið deigið með skeið í sætabrauðspoka með venjulegum ½ tommu þjórfé eða ziplock poka með einu horninu klippt af. Haldið pokanum hornrétt á tilbúnu bökunarplöturnar, pípið litla hauga, um það bil 1 tommu í þvermál og ¼ tommu á hæð, með 1 tommu á milli. Látið deigið hefast í 20 mínútur, eða þar til makkarónurnar eru ekki lengur klístraðar við snertingu. Á meðan, forhitaðu ofninn í 350 gráður F.

Bakið makkarónurnar í 12 til 16 mínútur, snúið pönnunni einu sinni á meðan á bakstri stendur. Þeir munu blása, verða glansandi og falla mjög lítillega. Þegar þær eru fullbakaðar verða þær þurrar og mjög ljósbrúnar. Taktu pönnurnar á grind og láttu smákökurnar kólna alveg á pönnunum á meðan þú býrð til fyllinguna.

Til að búa til fyllinguna, hitaðu rjómann á lítilli pönnu við meðalhita með börknum og salti að rétt undir suðumarki. Setjið súkkulaðið í litla skál og hellið heitum rjómanum yfir. Látið standa í nokkrar mínútur til að bræða súkkulaðið áður en smjörinu er bætt út í og hrært þar til það er slétt. Hrærið sítrónusafanum saman við.

Til að setja kökurnar saman skaltu snúa helmingnum á hvolf. Notaðu offset spaða eða lítinn hníf til að dreifa hverri helmingi með um það bil 2 tsk af fyllingunni, þannig að brúnirnar séu óhuldar. Settu afganginn af smákökunum ofan á, þrýstu varlega saman svo fyllingin dreifist út á brúnir samlokunnar.

68. Sítrónukökur

GERIR 4 TUFT KÖKKUR

1½ bolli óbleikt alhliða hveiti

¼ bolli maíssterkju

1½ tsk lyftiduft

½ tsk kosher salt

1 bolli kornsykur

2 matskeiðar fínt rifinn sítrónubörkur (frá 2 meðalstórum sítrónum)

½ bolli (1 stafur) ósaltað smjör, við stofuhita

2 egg

¼ tsk sítrónuþykkni (valfrjálst)

½ bolli sælgætissykur

Klæðið 2 bökunarplötur með smjörpappír. Hrærið saman hveiti, maíssterkju, lyftidufti og salti í lítilli skál. Setja til hliðar.

Blandið saman sykrinum og börknum í skálinni á hrærivélarvélinni sem er með hjólafestingunni, eða skál sem þú myndir nota með rafmagnshrærivél. Notaðu fingurna til að nudda börkinn með sykrinum þar til hann er mjög ilmandi. Bætið smjörinu út í og þeytið á meðalhraða þar til það hefur blandast vel saman. Skafið botninn og hliðarnar á skálinni með spaða, aukið svo hraðann í meðalháan, hrærið þar til smjörið og sykurinn er ljós á litinn og loftkennd. Bætið eggjunum út í einu í einu og hrærið vel á milli þess. Bætið sítrónuþykkni út í og síðan þurrefnunum. Blandið á lágum hraða bara þar til það er blandað saman, án hveitistráða.

Forhitið ofninn í 325 gráður F. Setjið sykur sælgætisgerðanna í grunna, breiða skál eða tertudisk. Notaðu matskeið til að ausa upp skeið af deigi á stærð við litla kirsuberjatómata. Dustið yfir hendurnar með sælgætissykri, mótið deigið í kúlu og rúllið kúlu upp úr sykrinum þar til það er vel þakið. Settu kúlurnar á tilbúnar bökunarplötur, skildu eftir 1 tommu á öllum hliðum.

Bakið kökurnar í 5 mínútur, snúið pönnunni og bakið í 5 til 7 mínútur í viðbót. Þegar þær eru tilbúnar verða kökurnar settar í kringum brúnirnar og blásnar örlítið. Miðjurnar verða mjúkar en ekki glansandi. Settu bökunarplöturnar á grind til að kólna í 15 mínútur, færðu síðan kökurnar af formunum yfir á grindina til að kólna alveg.

69. Sítrónu súrmjólk panna cotta með brómberjum

GERIR 8 SKÓMA

Hráefni

2⅓ bollar þungur rjómi

1 bolli sykur, skipt

2 msk börkur, fjarlægður með hýði (úr 2 meðalstórum sítrónum)

¼ bolli léttpakkað sítrónuverbena lauf, auk 8 til skrauts

1 matskeið auk 1 teskeið af gelatíndufti

1⅓ bollar súrmjólk

4 bollar fersk brómber (um 2 lítra)

1 msk nýkreistur sítrónusafi

Húðaðu létt 8 (6 aura) ramekins eða diska með hlutlausri bragðbættri olíu eins og canola og settu til hliðar.

Í stórum potti yfir miðlungshita, blandaðu saman rjómanum, ½ bolli auk 2 matskeiðar af sykri, börknum og sítrónuverbena, hrærið þar til sykurinn leysist upp. Takið pönnuna af hitanum, setjið lok á og látið kremið renna í 30 mínútur, eða þar til sítrónubragðið er áberandi. Í lítilli skál, mýkið matarlímið í 1 matskeið af köldu vatni í um það bil 5 mínútur og hrærið því síðan út í heita rjómann. Þegar gelatínið hefur leyst upp bætið þá súrmjólkinni út í og hrærið vel. Sigtið blönduna í gegnum fínmöskju sigti í ílát með stút, eins og stóran mælibolla, og hellið henni í tilbúnar ramekin. Hyljið þær með plastfilmu og kælið þar til þær eru stífar, að minnsta kosti 6 klukkustundir, eða yfir nótt.

Áður en borið er fram skaltu setja þær 6 matskeiðar sem eftir eru af sykri í blandara eða matvinnsluvél með 1 bolla af brómbernum og mauki. Sigtið maukið í gegnum fínmöskju sigti og blandið saman við afganginn af berjum og sítrónusafa, bætið við meiri safa eftir smekk.

Til að bera fram skaltu afmóta ramekin með því að keyra þunnum skurðarhníf um hliðarnar eða dýfa ramekininu í heitt vatn til að losa panna cotta. Setjið lítinn disk eða skál yfir ramekinið, snúið því við og hristið kröftuglega til að losna. Hellið brómberjum og sósu utan um botninn á panna cotta. Skreytið toppinn með sítrónuverbena blaði.

Sítrónuverbena er að finna á sumum bændamörkuðum en það er auðvelt að rækta hana í potti heima. Uppskerið öll laufin sem eftir eru á haustin til að þorna fyrir te. Sítrónutímían og lavender eru góð staðgengill, eða þú getur sleppt náttúrulyfinu alveg.

70. Affogato með limoncello ís

GERIR 6 SKÓMA

Hráefni

2 bollar þungur rjómi

¾ bolli nýmjólk

¾ bolli sykur, skipt

½ tsk kosher salt

Hýði af 1 sítrónu

5 eggjarauður

¼ bolli mascarpone ostur

½ tsk vanilluþykkni

⅓ bolli heimabakað limoncello eða keypt í verslun

6 skot espressó, við stofuhita

6 sítrónusnúrar, til skrauts

Í meðalstórum potti við meðalháan hita, hitið rjómann og mjólkina að suðu með ½ bolli af sykri, salti og sítrónuberki. Takið pönnuna af hitanum, lokið á og setjið til hliðar í 20 mínútur til að fylla hana.

Á meðan, í miðlungs óvirkri skál, þeytið eggjarauðurnar með ¼ bolla af sykri sem eftir er þar til þær eru sléttar og setjið til hliðar. Undirbúið ísbað fyrir vaniljið með því að fylla stóra skál hálfa leið með ís og köldu vatni og setja í vaskinn.

Þegar rjómablandan er komin í innrennsli skaltu setja hana aftur á eldavélina á meðalhita þar til hún er orðin heit en ekki sjóðandi. Bætið rólega sleif af rjóma út í eggjarauðublönduna og þeytið stöðugt þar til þær eru sléttar (þetta er kallað að herða eggjarauðurnar, tækni sem notuð er til að koma í veg fyrir að þær steypist þegar þær eru blandaðar saman við heitu mjólkina). Endurtaktu einu sinni í viðbót og helltu síðan eggjarauðublöndunni aftur í pottinn yfir miðlungs lágan hita. Hrærið sleifina stöðugt með tréskeið eða hitaþolnum spaða, skafið botninn um leið og þið hrærið, þar til hann nær 170 gráður F á skyndilesandi hitamæli og hjúpar skeiðina eða spaðann. Takið pönnuna af hellunni og blandið mascarpone og vanillu út í. Hellið vaniljunni í gegnum fínmöskju sigti í hreina meðalstóra skál. Settu skálina í undirbúið ísbað til að kólna og kældu í kæli þar til hún er alveg köld, að minnsta kosti 3 klukkustundir, eða allt að yfir nótt.

Þegar vaniljan er köld, þeytið limoncello út í og frystið blönduna í ísvél samkvæmt leiðbeiningum framleiðanda.

Til að bera fram skaltu setja kúlu af ís í kokteilhristara eða glerkrukku með loki. Bætið við espressóskoti og hristið kröftuglega. Hellið í kokteilglas og skreytið með sítrónukeim. Endurtaktu fyrir hvern skammt.

71. Sítrónu crème brulée með lavender og hunangi

GERIR 6 SKÓMA

Hráefni

2 bollar þungur rjómi

2 matskeiðar hunang

3 matskeiðar gróft saxaður sítrónubörkur (frá 3 meðalstórum sítrónum)

2 msk fersk lavenderblóm (eða 4 tsk þurrkuð)

$\frac{1}{8}$ teskeið salt

3 eggjarauður

1 egg

$\frac{1}{4}$ bolli kornsykur, auk viðbótar til að karamellisera

1 tsk vanilluþykkni

Forhitaðu ofninn í 300 gráður F.

Blandið saman rjóma, hunangi, sítrónuberki, lavender og salti í þungum potti. Látið blönduna malla við meðalhita, lokið á og takið hana af hellunni. Brattar 10 mínútur og smakkið rjómann til að ákvarða hvort sítrónu- og lavenderbragðið sé í jafnvægi og hentar þér. Þegar þær eru komnar, síið blönduna, fargið hýðinu og lavendernum og setjið rjómann aftur í pottinn. Ef það hefur kólnað alveg skaltu hita rjómann við meðalhita þar til hann er heitur en ekki sjóðandi.

Á meðan, í meðalstórri skál, þeytið eggjarauður og egg saman við sykurinn þar til það er slétt. Bætið smá af volga rjómanum rólega út í eggjarauðurnar, um ½ bolli í einu, þeytið stöðugt til að eggin fari ekki að steypast. Eftir að hafa bætt við 1 bolla af rjóma, hellið hertu eggjarauðublöndunni aftur á pönnuna með afganginum af rjómanum. Bætið vanillu og sigtið blönduna í annað ílát til að kæla í ísbaði til að baka síðar, eða skiptið henni á milli 6 (4-únsu) ramekins eða glersúpubolla.

Raðið réttunum í djúpt bökunarpönnu og fyllið pönnuna með nógu heitu vatni til að það komi hálfa leið upp á hliðina á diskunum. Setjið ofninn í ofninn og bakið þar til kremið er stíft um brúnir og örlítið kippt í miðjuna, um það bil 40 mínútur. Takið pönnuna úr ofninum og leyfið kreminu að kólna áður en það er sett yfir með plastfilmu. Geymið í kæli til að kólna alveg, 3 klukkustundir til yfir nótt.

Rétt áður en borið er fram, stráið efst á hverri vaniljó með þunnu, jöfnu lagi af sykri. Setjið diskana undir forhitaðan grill í 2 til 3 mínútur, eða þar til sykurinn bráðnar, eða notaðu blástursljós til að karamellisera sykurinn.

72. Ristað kókos-sítrónuterta

GERIR EINA 10-tommu tertu

Hráefni

FYRIR SKORPAN:

1¼ bollar óbleikt alhliða hveiti

½ bolli sælgætissykur

2 matskeiðar maíssterkju

¼ teskeið kosher salt

10 matskeiðar (1¼ prik) ósaltað smjör, kalt, skorið í litla bita

¼ tsk vanilluþykkni

FYRIR FYLLINGU:

1 bolli sykur

2 msk smátt saxaður sítrónubörkur (frá 2 meðalstórum sítrónum)

2 matskeiðar maíssterkju

½ tsk kosher salt

2 egg

2 eggjarauður

¼ bolli (½ stafur) ósaltað smjör, brætt og kælt

3 matskeiðar nýkreistur sítrónusafi

1½ bollar létt pakkaðar ósykraðar, þurrkaðar kókosflögur (einnig kallaðar kókosflögur)

Til að búa til skorpuna skaltu blanda saman hveiti, sælgætissykri, maíssterkju og salti í skálinni á hrærivélarvélinni sem er með hjólafestingunni. Bætið smjörinu í einu út í og blandið saman á lágum hraða þar til hráefnin byrja að koma saman til að mynda samheldið deig; þetta mun taka smá tíma, allt að 7 til 10 mínútur. Rétt áður en deigið lítur út fyrir að vera tilbúið til að mynda kúlu, bætið þá vanillu út í og blandið saman. Mótaðu deigkúluna í disk, settu hana inn í plastfilmu og geymdu í kæli þar til hún er stíf, um það bil 2 klukkustundir.

Á létt hveitistráðu yfirborði, rúllaðu sætabrauðinu út til að mynda 12 til 13 tommu hring. Settu deigið í 10 tommu rifið tertuform, stungið deigið yfir allt með gaffli og frystið það í 30 mínútur. Á meðan deigið frýs, hitaðu ofninn í 350 gráður F og settu grind í neðsta þriðjung ofnsins.

Setjið frosna skorpuna á ofnplötu og bakið, án loks, í um 15 mínútur. (Það er engin þörf á að hylja skorpuna eða nota bökuþyngd.) Snúðu pönnunni og bakaðu í 10 mínútur í viðbót, eða þar til skorpan er létt gullin. Settu bökunarplötuna á grind til að kæla skorpuna og lækka ofnhitann í 325 gráður F.

Gerðu fyllinguna á meðan skorpan kólnar. Blandið sykrinum og börknum saman í meðalstórri skál og notið fingurna til að nudda þessu tvennu saman þar til sykurinn er ilmandi. Hrærið maíssterkju og salti saman við. Í annarri minni skál, þeytið eggin með eggjarauðunum, þeytið síðan smjörið og sítrónusafann út í. Þeytið egg- og smjörblönduna út í sykurblönduna, þeytið kröftuglega til að blandast saman. Hrærið kókosnum saman við.

Hellið blöndunni í kælda skorpuna. Bakið í 20 mínútur á neðri grind, snúið pönnunni og fylgstu með kókoshnetunni; ef það er orðið of dimmt skaltu hylja toppinn lauslega með álpappír. Bakið í 20 mínútur í viðbót, eða þar til fyllingin sest upp í kringum brúnirnar og er örlítið stökk í miðjunni. Kælið í stofuhita áður en það er borið fram.

73. Meyer sítrónu og mandarínu ólífuolíukaka

GERIR EINA 10 TOMMUM KÖKU

Hráefni

3½ bollar sykur, skipt

2 Meyer sítrónur, helst lífrænar

2 litlar mandarínur

1⅔ bollar óbleikt alhliða hveiti

1 bolli polenta eða meðalmalað maísmjöl

1 matskeið lyftiduft

½ tsk kosher salt

4 egg

⅔ bolli extra virgin ólífuolía

Léttsættur þeyttur rjómi, til framreiðslu

Í meðalstórum potti, blandaðu 2 bollum af sykri saman við 2 bolla af vatni. Látið suðuna koma upp við meðalháan hita. Bætið sítrónum og mandarínum út í þegar sykurinn hefur leyst upp. (Ávextirnir ættu að vera á kafi um tvo þriðju hluta í einfalda sírópinu. Ef þeir eru það ekki skaltu bæta við meira vatni.) Lækkið hitann að suðu, setjið lok á pönnuna og steikið ávextina varlega þar til þeir eru mjög mjúkir, 20 til 30 mínútur. Færið þær yfir á disk til að kólna.

Forhitaðu ofninn í 350 gráður F og olíuðu létt 10 tommu kökuform. Klæðið botninn með bökunarpappír og setjið til hliðar.

Þegar ávextirnir hafa kólnað skaltu skera endana af þeim og í fjórða hluta. Fjarlægðu öll fræ eða stóra himnustykki, bætið kvoðu í skál matvinnsluvélar og vinnið þar til það er nokkuð slétt. Þú ættir að hafa um $1\frac{1}{4}$ bolla af mauki. Setja til hliðar.

Hrærið saman hveiti, polenta, lyftidufti og salti í lítilli skál og setjið til hliðar.

Setjið eggin í skálina á hrærivél með þeytarafestingunni, eða notaðu handþeytara á miklum hraða til að þeyta eggin þar til þau eru froðukennd og ljósari á litinn, um það bil 2 mínútur. Með hrærivélinni í gangi, bætið rólega hinum $1\frac{1}{2}$ bolla sykri út í og haldið áfram að þeyta á miklum hraða þar til blandan er orðin þykk og rjómahvít, um það bil 4 mínútur. Lækkið hraðann í miðlungs og hellið olíunni út í. Bætið maukuðum ávöxtum út í og blandið saman. Fjarlægðu blöndunarskálina og blandaðu saman við þriðjung af hveitiblöndunni. Þegar deigið er orðið slétt bætið þá við afganginum af hveitinu. Hellið deiginu í tilbúna pönnuna og sléttið toppinn með spaða.

Bakið þar til kakan er dökkgulbrún og springur aftur eftir að hún hefur verið þrýst létt í miðjuna, 50 til 60 mínútur. Látið það kólna á grind í 15 mínútur áður en það er tekið af pönnunni. Látið það kólna alveg áður en það er skorið í sneiðar og borið fram með ögn af léttsykruðum þeyttum rjóma.

74. Sítrónumarengs-pistasíubaka

GERIR 1 (10-TOMMU) BÆKJA; ÞJÓNAR 8-10

Hráefni

- 1 skammtur Pistasíumars
- 15 g hvítt súkkulaði, brætt [$\frac{1}{2}$ únsa]
- $\frac{1}{4}$ skammtur Lemon Curd [305 g (1⅓bollar)]
- 200 g sykur [1 bolli]
- 100 g vatn [$\frac{1}{2}$ bolli]
- 3 eggjahvítur
- ⅓skammtur Lemon Curd [155 g ($\frac{1}{4}$ bolli)]

Leiðbeiningar

a) Helltu pistasíumarsinu í 10 tommu bökuform. Með fingrum og lófum þrýstu marrinu þétt inn í tertuformið og passaðu að botninn og hliðarnar séu jafnt þaknar. Settu til hliðar á meðan þú gerir fyllinguna; pakkað inn í plast má geyma skorpuna í kæli í allt að 2 vikur.

b) Notaðu sætabrauðsbursta og málaðu þunnt lag af hvíta súkkulaðinu á botninn og upp á hliðar skorpunnar. Setjið skorpuna inn í frysti í 10 mínútur til að setja súkkulaðið.

c) Setjið 305 g (1⅓bolla) sítrónuost í litla skál og hrærið til að losa það aðeins. Skafið sítrónuostinn í skorpu og notaðu bakhliðina á skeið eða spaða til að dreifa því í jafnt lag. Settu bökuna í frysti í um það bil 10 mínútur til að hjálpa til við að festa sítrónukremið.

d) Á meðan er sykurinn og vatnið blandað saman í lítinn pott með þykkbotna botni og sykrinum blandað varlega í vatnið þar til hann er blautur sandur. Setjið pottinn yfir meðalhita og hitið blönduna upp í 115°C (239°F), fylgstu með hitastigi með skyndilesandi eða sælgætishitamæli.

e) Á meðan sykurinn er að hitna, setjið eggjahvíturnar í skál hrærivélar og, með þeytarafestingunni, byrjarðu að þeyta þær að meðalmjúkum toppum.

f) Þegar sykursírópið hefur náð 115°C (239°F), takið það af hellunni og hellið því mjög varlega í þeyttu eggjahvíturnar, passið að forðast þeytarann: Snúðu hrærivélinni niður á mjög lágan hraða áður en þú gerir þetta, nema þú viljir áhugaverð brunamerki í andlitið.

g) Þegar öllum sykrinum hefur verið bætt við eggjahvíturnar skaltu auka hraða hrærivélarinnar aftur og láta marengsinn þeyta þar til hann hefur kólnað niður í stofuhita.

h) Á meðan marengsinn er þeyttur, setjið 155 g (¼ bolli) sítrónuost í stóra skál og hrærið með spaða til að losa hann aðeins.

i) Þegar marengsinn hefur kólnað niður í stofuhita skaltu slökkva á hrærivélinni, taka skálina úr og marengsinn brjóta saman við sítrónuostinn með spaðanum þar til engar hvítar rákir eru eftir, passaðu að tæma ekki marengsinn.

j) Takið bökuna úr frystinum og ausið sítrónumarengsnum ofan á sítrónukremið. Notaðu skeið og dreifðu marengsnum í jafnt lag sem hylur sítrónuostinn alveg.

k) Berið fram eða geymið bökuna í frysti þar til hún er tilbúin til notkunar. Vafið vel inn í plastfilmu þegar það hefur frosið hart, það geymist í frysti í allt að 3 vikur. Látið bökuna þíða yfir nótt í ísskáp eða í að minnsta kosti 3 klukkustundir við stofuhita áður en hún er borin fram.

75. Pistasíu lagkaka

GERIR 1 (6-TOMMU) LAGAKöku, 5 TIL 6 TOMMUM HÆÐ; ÞJÓNAR 6-8

Hráefni

- 1 skammtur pistasíukaka
- 65 g pistasíuolía [⅓ bolli]
- 1 skammtur Lemon Curd
- ½ skammtur mjólkurmola
- 1 skammtur pistasíufrosting

Leiðbeiningar

a) Settu pergament eða Silpat á borðið. Hvolfið kökunni ofan á hana og afhýðið pergamentið eða Silpat af botninum á kökunni. Notaðu kökuhringinn til að stimpla út 2 hringi úr kökunni. Þetta eru efstu 2 kökulögin þín. Það sem eftir er af kökusrifinu mun koma saman til að gera neðsta lagið á kökunni.

Lag 1, The Botn

b) Hreinsaðu kökuhringinn og settu hann í miðjuna á form sem er klætt með hreinu smjörpappír eða Silpat. Notaðu 1 ræma af asetati til að fóðra kökuhringinn að innanverðu.

c) Setjið kökusnúðana inn í hringinn og notaðu handarbakið til að þjappa restunum saman í flatt jafnt lag.

d) Dýptu sætabrauðspensli í pistasíuolíuna og láttu kökulagið gott og heilbrigt bað af helmingi olíunnar.

e) Notaðu bakhlið skeiðar til að smyrja helmingnum af sítrónukreminu í jöfnu lagi yfir kökuna.

f) Stráið þriðjungi af mjólkurmolanum jafnt yfir sítrónukremið. Notaðu handarbakið til að festa þau á sinn stað.

g) Notaðu bakhlið skeiðar til að dreifa þriðjungi af pistasíufrosinu eins jafnt og hægt er yfir molana.

Lag 2, Miðjan

h) Með vísifingri skaltu setja seinni asetatræmuna varlega á milli kökuhringsins og efstu $\frac{1}{4}$ tommu fyrstu asetatræmunnar, þannig að þú sért með glæran asetathring sem er 5 til 6 tommur á hæð – nógu hátt til að standa undir hæðinni fullbúnu kökunni. Settu kökuhring ofan á frostinginn og endurtaktu ferlið fyrir lag 1.

Lag 3, The Top

i) Settu afganginn af kökunni hringinn í frostið. Hyljið toppinn á kökunni með frostinu sem eftir er. Gefðu honum rúmmál og þyrlast, eða gerðu eins og við og veldu fullkomlega flatan topp. Skreytið frostinginn með restinni af mjólkurmylsnunni.

j) Færið plötuformið í frystinn og frystið í að minnsta kosti 12 klukkustundir til að setja kökuna og fyllinguna. Kakan geymist í frysti í allt að 2 vikur.

k) Að minnsta kosti 3 tímum áður en þú ert tilbúinn til að bera kökuna fram skaltu draga plötuformið úr frystinum og með því að nota fingur og þumla skaltu smella kökunni úr kökuhringnum. Fjarlægðu asetatið varlega og færðu kökuna yfir á fat eða kökustand. Látið það afþíða í ísskápnum í að minnsta kosti 3 klst.

76. Pistiltærta

Afrakstur: 8 skammtar

Hráefni

- 1 blindbakað bökubotn í 10 flautu; d
- 1 tertuform
- 2 matskeiðar ólífuolía
- 1-eyri pancetta; julienned
- ½ bolli hakkaður laukur
- 2 matskeiðar saxaður skalottlaukur
- 6-únsu þistilhjörtu með þistilhjörtum
- 1 matskeið saxaður hvítlaukur
- ¼ bolli þungur rjómi -; (að 1/2 bolli)
- 3 matskeiðar chiffonade af ferskri basil
- 1 safi af einni sítrónu
- ½ bolli rifinn Parmigiano-Reggiano ostur
- ½ bolli rifinn asiago ostur
- 1 salt; að smakka
- 1 nýmalaður svartur pipar; að smakka

- 1 bolli herbed tómatsósa; hlýtt

- 1 matskeið chiffonade basil

- 2 matskeiðar rifinn parmesanostur

Leiðbeiningar

a) Hitið ofninn í 350 gráður. Hitið ólífuolíuna á pönnu.

b) Steikið pancettan í 1 mínútu. Bætið lauknum og skalottlauknum út í, steikið í 2 til 3 mínútur. Bætið hjörtum og hvítlauk út í og steikið áfram í 2 mínútur. Bætið rjómanum út í. Kryddið með salti og pipar. Hrærið basilíkunni og sítrónusafanum saman við. Takið af hitanum og kælið. Dreifið ætiþistlablöndunni á botninn á tertuforminu. Stráið ostunum yfir blönduna. Bakið í 15 til 20 mínútur eða þar til ostarnir hafa bráðnað og eru orðnir gullinbrúnir. Setjið skeið af sósunni á miðju disksins. Setjið sneið af tertunni í miðju sósunnar.

c) Skreytið með rifnum osti og basil.

77. Bláberja súrmjólksterta

Afrakstur: 1 skammtur

Hráefni

Skel

- 1½ bolli alhliða hveiti
- ¼ bolli sykur
- ¼ tsk Salt
- ¼ pund kalt smjör; skera bita
- 1 stórt egg; slá með
- 2 matskeiðar ísvatn
- Hrá hrísgrjón; fyrir vigtarskel

Smjörmjólkurfylling

- 1 bolli súrmjólk
- 3 stórar eggjarauður
- ½ bolli Sykur
- 1 matskeið sítrónubörkur; rist
- 1 msk ferskur sítrónusafi
- ½ stafur ósaltað smjör; bráðna, kæla

- 1 tsk Vanilla
- ½ tsk Salt
- 2 matskeiðar Alhliða hveiti
- 2 bollar bláber; taka yfir
- Sælgætissykur

Leiðbeiningar

SKEL

f) Hrærið saman hveiti, sykri og salti í skál. Bætið smjöri út í og blandið þar til blandan líkist grófu mjöli. Bætið eggjarauðublöndunni út í, hrærið þar til vökvinn er innifalinn og mótið deigið í disk. Dustið deigið með hveiti og kælið, pakkað inn í plastfilmu, 1 klst. Fletjið deigið út ⅛" þykkt á hveitistráðu yfirborði og setjið í 10" tertuform með rifinni brún sem hægt er að taka af.

g) Kældu skel að minnsta kosti 30 mínútur eða, þakið, yfir nótt. Forhitið ofninn í 350~. Klæðið skelina með álpappír og fyllið með hrísgrjónum. Bakið skel í miðjum ofni í 25 mínútur. Fjarlægðu álpappír og hrísgrjón varlega og bakaðu skelina í 5 mínútur í viðbót, eða þar til þau eru föl gullin. Kælið skel á pönnu á grind.

FYLLING

h) Í blandara eða örgjörva blandið saman innihaldsefnunum þar til það er slétt. Dreifið bláberjum jafnt í botninn á skelinni. Hellið súrmjólkurfyllingunni yfir bláberin og bakið í miðjum ofni í 30 til 35 mínútur eða þar til rétt stíft.

i) Fjarlægðu brúnina af pönnunni og kældu tertuna alveg á pönnu á grind. Sigtið sælgætissykur yfir tertuna og berið fram við stofuhita eða kældan með bláberjaís.

78. Hirsi og grískt kjúklingasalat

Hráefni

Fyrir salatið

2 matskeiðar (30 ml) grænmetis- eða ólífuolía 1/2 bolli (80 g) mjög fínt saxaður laukur

1 rauð paprika, kjarnhreinsuð, fræhreinsuð og mjög smátt saxuð

1 bolli (175 g) hirsi, skolað vel og tæmt 1/2 tsk kosher eða fínt sjávarsalt

1/2 tsk nýmalaður svartur pipar 1 tsk þurrkað oregano 1 bolli (235 ml) vatn

3/4 bolli (180 ml) kjúklingakraftur eða vatn

11/2 bollar (60 g) barnaspínatlauf, skoluð mjög vel, hrist þurr

1 lítil agúrka, afhýdd og smátt skorin

1/3 bolli (35 g) saxaðar ólífur, helst Kalamata

1/3 bolli (50 g) kirsuberjatómatar í fjórðungi

1/2 lítill rauðlaukur, mjög þunnar sneiðar

1 1/2 bollar (210 g) eldaður kjúklingur skorinn í litla teninga eða rifinn, við stofuhita

Fyrir dressinguna

1/3 bolli (80 ml) extra virgin ólífuolía

2 matskeiðar (30 ml) nýkreistur sítrónusafi

1 til 2 matskeiðar (15 til 30 ml) rauðvínsedik, eftir smekk

1/2 tsk kosher eða fínt sjávarsalt

1/4 tsk nýmalaður svartur pipar

Til áleggs

2 matskeiðar (6 g) fínt söxuð fersk steinselja

1/4 bolli (38 g) mulinn fetaostur (valfrjálst)

AÐFERÐ

1. Ýttu á Sauté og hitaðu jurtaolíuna í innri pottinum á hraðsuðupottinum þínum. Þegar það er að glitra, bætið þá söxuðum lauknum og paprikunni út í og eldið, hrærið, í 4 mínútur, eða þar til laukurinn er aðeins mýktur. Bætið hirsi saman við. Stráið salti, pipar og oregano yfir, hellið síðan vatni og soðinu út í og hrærið til að vera viss um að ekkert festist við botninn á pottinum. Ýttu á Hætta við.

2. Lokaðu og læstu lokinu og vertu viss um að gufulosunarhandfangið sé í þéttingarstöðu. Eldið við háþrýsting í 9 mínútur. Þegar því er lokið skaltu sleppa þrýstingnum náttúrulega í 8 mínútur, snúa síðan gufulosunarhandfanginu að

loftræstingu og losa þá gufu sem eftir er. Opnaðu lokið og opnaðu það varlega.

3.   Takið lokið af, hrífið kornið með gaffli og setjið yfir í stóra skál. Bætið spínatinu í skálina, hrærið því út í hirsi og látið gufuna visna grænmetið. Setjið til hliðar til að kólna niður í stofuhita, hristið af og til með gafflum til að koma í veg fyrir að hirsi klessist. Hrærið agúrkunni, ólífunum, tómötunum, rauðlauknum og kjúklingnum saman við þegar það er kólnað.

Afrakstur: Um 4 skammtar

79. Quinoa grænmetissalat með sítrónuvínaigrette

Hráefni

Fyrir kínóa

1 bolli grænmetiskraftur eða vatn 1/4 bolli (60 ml) vatn
1 bolli (175 g) quinoa, mjög vel skolað og tæmt
1 tsk kosher eða fínt sjávarsalt Fyrir sítrónuvínaigrettuna
2 matskeiðar (30 ml) nýkreistur sítrónusafi
1/4 bolli (60 ml) extra virgin ólífuolía 1 tsk hunang (eða eftir smekk)
1/2 tsk fersk timjanblöð 1/4 tsk kosher eða fínt sjávarsalt
1/8 tsk nýmalaður svartur pipar

Fyrir grænmetið

1 matskeið (15 ml) ólífu- eða jurtaolía
2 stórar gulrætur, snyrtar og smátt saxaðar
2 stilkar sellerí, snyrt og smátt saxað
1 stór rauð paprika, kjarnhreinsuð, fræhreinsuð og smátt skorin
2 matskeiðar (20 g) saxaður rauðlaukur
1 bolli (150 g) kirsuberjatómatar, skornir í fjórða
1 meðalstór agúrka, afhýdd, fræhreinsuð og smátt skorin
2 laukar, skornir og þunnar sneiðar
2 tsk (1 g) fersk timjanblöð

AÐFERÐ

KÍNÓA

Setjið soðið, vatnið, kínóaið og saltið í innri pottinn á hraðsuðupottinum þínum. Hrærið og setjið lokið á pottinn. Læstu lokinu og vertu viss um að gufulosunarhandfangið sé í þéttingarstöðu. Eldið við háþrýsting í 4 mínútur. Þegar kínóaið er búið, láttu þrýstinginn losa náttúrulega í 12 mínútur, snúðu síðan gufulosunarhandfanginu að loftræstingu og losaðu þá gufu sem eftir er. Opnaðu lokið og opnaðu það varlega.

Færið kínóaið í skál og setjið til hliðar. Þurrkaðu pottinn af og farðu aftur í hraðsuðupottinn.

VINAIGRETTE

Á meðan kínóa er að eldast, búðu til vínaigrettuna. Í skál eða krukku með þéttu loki, þeytið hráefni dressingarinnar saman þar til það er fleytið. Ef þú notar krukku geturðu hrist hana kröftuglega til að blanda saman. Smakkið til og stillið kryddið eftir þörfum.

GRÆNTÆMI

Þrýstið á Sauté og hitið olíuna í innri pottinum. Bætið við gulrótum, sellerí, papriku og lauk og eldið, hrærið oft, þar til laukurinn er mýktur, um það bil 3 mínútur. Ýttu á Hætta við.

Bætið steiktu grænmetinu við soðna kínóaið. Hrærið tómötunum, gúrkunni og rauðlauknum saman við. Stráið timjaninu yfir. Klæðið salatið með um það bil 3 matskeiðar (45 ml) af vínaigrettunni, blandið til að hjúpa kornið og grænmetið. Smakkið til og stillið kryddið, bætið við meiri vinaigrette ef vill. Setjið salatið inn í ísskáp og kælið þar til það er tilbúið til framreiðslu. Bragðin munu blandast þegar það hvílir. Hrærið aftur áður en það er borið fram. Má bera fram kalt eða við stofuhita.

80. Saffran risotto

Hráefni

1/2 tsk saffranþræðir

3 matskeiðar (45 ml) sjóðandi vatn

1 matskeið (15 ml) ólífu- eða jurtaolía 1/2 meðalstór laukur, smátt saxaður

1 hvítlauksgeiri, saxaður

1 1/2 bollar (285 g) Arborio eða Carnaroli hrísgrjón (ekki skipta út öðrum stíl af hrísgrjónum)

2 matskeiðar (30 ml) þurrt hvítvín (valfrjálst)

13/4 bollar (415 ml) vatn

2 bollar (470 ml) grænmetiskraftur skipt

1/2 tsk kosher eða fínt sjávarsalt

1/4 tsk nýmalaður svartur pipar

2 matskeiðar (28 g) ósaltað smjör eða mjólkurfrítt/vegan val eins og Earth Balance

1 tsk nýrifinn sítrónubörkur (má sleppa)

1 bolli (150 g) frosnar baunir

Rifinn parmesanostur (valfrjálst, slepptu fyrir mjólkurfrí og vegan)

LEIÐBEININGAR

Í lítilli skál skaltu bleyta saffran í heitu vatni.

Ýttu á Sauté til að hita innri pottinn á hraðsuðupottinum þínum.

Bætið olíunni út í og hitið þar til það ljómar og hrærið síðan lauknum og hvítlauknum saman við. Eldið, hrærið oft, þar til laukurinn hefur mýkst aðeins, um 4 mínútur. Bætið hrísgrjónunum út í og hrærið til að hjúpa öll kornin með olíunni. Hellið víninu út í og eldið þar til það er frásogast. Hrærið vatninu saman við, 1 1/2 bolla (355 ml) af soðinu, saffraninu með bleytivatninu og salti og pipar. Hrærið til að tryggja að engir brúnaðir bitar séu fastir á botni pottsins. Ýttu á Hætta við.

Lokaðu og læstu lokinu og vertu viss um að handfangið sé í þéttingarstöðu. Eldið í 4 mínútur við háþrýsting. Þegar því er lokið, losaðu þrýstinginn náttúrulega í 8 mínútur, snúðu síðan hnappinum í loftræstingarstöðu og slepptu fljótt þeim þrýstingi sem eftir er. Opnaðu lokið og opnaðu það varlega.

Hrærið hrísgrjónin þar til þau eru slétt og allur vökvinn hefur verið innifalinn. Hrærið smjörið saman við þar til það bráðnar og hrísgrjónin verða rjómalöguð. Hrærið sítrónuberki og baunum saman við. Setjið lokið aftur á og látið baunirnar gufa í 3 mínútur. Smakkið til og stillið kryddið með meira salti eða pipar ef þarf. Kasta hrísgrjónunum til að dreifa baunum jafnt. Ef þú vilt rjómameiri, lausari áferð skaltu hræra út í 1/2 bolla (120 ml) soðið sem eftir er.

Hellið í skálar, stráið smá parmesanosti yfir hvern, ef vill, og berið fram.

Afrakstur: 4 skammtar

81. Rækjur og pasta í sítrónurjómasósu

Hráefni

Fyrir pastað

- 12 aura (340 g) penne pasta
- 1 tsk kosher eða fínt sjávarsalt Ólífuolía, til að henda

Fyrir rækjuna

- 1 matskeið (15 ml) ólífu- eða jurtaolía
- 1 meðalstór skalottlaukur, saxaður
- 11/2 pund (680 g) hrá miðlungs rækja, afhýdd og afveguð
- 1/2 tsk hakkað ferskt dill
- Kosher eða fínt sjávarsalt og nýmalaður svartur pipar, eftir smekk

Fyrir sítrónurjómasósuna

- 3 matskeiðar (42 g) ósaltað smjör
- 11/2 bollar (355 ml) þungur rjómi eða uppgufuð mjólk
- 11/2 hvítlauksrif, afhýdd
- 2 tsk (10 ml) nýkreistur sítrónusafi
- 2 tsk (4 g) fínt rifinn sítrónubörkur
- 11/4 bollar (125 g) rifinn parmesanostur, skipt
- Salt og nýmalaður svartur pipar, eftir smekk
- Fínt söxuð fersk ítalsk steinselja eða graslauk, til skrauts

AÐFERÐ

Pasta

1.   Settu pastað í innri pottinn á hraðsuðupottinum þínum. Hellið nægu vatni út í til að hylja pastað með 1 tommu (2,5 cm). Hrærið í pastanu til að passa að það festist ekki við botninn á pönnunni. Stráið salti í vatnið. Lokaðu og læstu lokinu og vertu viss um að gufulosunarhandfangið sé í þéttingarstöðu. Eldið við háþrýsting í 2 mínútur.

2.   Þegar því er lokið, slepptu þrýstingnum náttúrulega í 3 mínútur, gerðu síðan stýrða losun með því að snúa gufulosunarhandfanginu hálfa leið á milli þéttingar- og loftræstistaða. Verndaðu hönd þína með heitum púða. Þegar allri gufu hefur verið sleppt, ýttu á Hætta við. Opnaðu lokið og opnaðu það varlega. Hellið pastaðinu í sigti, tæmið það og blandið smá olíu yfir til að halda því ekki saman þegar það situr. Þurrkaðu út innri pottinn.

Rækjur

1.   Ýttu á Sauté og hitaðu innri pottinn. Bætið olíunni út í og þegar það er heitt, hrærið skalottlaukanum saman við. Eldið í um það bil 1 mínútu, þar til það er rétt að byrja að litast. Bætið rækjunni og dilli saman við og hrærið til að hjúpa með olíunni. Eldið, hrærið oft, þar til rækjurnar verða ógagnsæjar og verða bleikar á báðum hliðum, 1 til 2 mínútur á hvorri, þar til hún er nýbúin. Stráið létt salti og pipar yfir. Notaðu göt til að ausa rækjunni úr pottinum og bætið út í pastað; hylja til að halda hita.

Sítrónu rjómasósa

1. Bætið smjörinu í innri pottinn, hitið þar til það er alveg bráðnað. Þeytið rjóma, hvítlauk, sítrónusafa og börk út í. Eldið þar til það er orðið hlýtt, þeytið oft til að forðast að brenna. Fargið hvítlauknum. Þeytið 1 bolla (100 g) af parmesanosti út í þar til það er slétt. Ýttu á Hætta við. Smakkið til og stillið kryddið með salti og pipar ef þarf.

2. Bætið pastanu og rækjunum út í sósuna og hrærið þannig að hvern biti er rækilega húðaður. Settu lokið aftur á og láttu það hvíla í nokkrar mínútur, eða þar til pasta og rækjur eru hituð í gegn. Bætið við skvettu af vatni ef sósan verður of þykk.

3. Til að bera fram skaltu ausa pasta og rækjum í skálar og strá efst á hverjum skammti með 1 matskeið (6 g) af Parmesanosti sem eftir er og smá steinselju. Berið fram heitt.

Afrakstur: 4 skammtar

82. Klassískur heilbakaður kjúklingur

Hráefni

1 (3 til 5 pund, eða 1362 til 2270 g) heill kjúklingur

1 matskeið (18 g) salt, skipt

1 sítróna, skorin í tvennt

1 laukur, skorinn í fernt

2 tsk (4 g) nýmalaður pipar

2 tsk (4 g) paprika

1 tsk þurrkað timjan

1 bolli (235 ml) vatn

Olía eða brætt ósaltað smjör (valfrjálst, fyrir stökka húð)

AÐFERÐ

1. Fjarlægðu innmat eða annað innmat úr holi kjúklingsins. Þurrkaðu með pappírshandklæði. Stráið 1 teskeið (6 g) af salti í kjúklinginn. Settu niðurskornu sítrónu- og laukbitana inn í kjúklingaholið. Stráið hinum 2 tsk (12 g) salti, pipar, papriku og timjani jafnt yfir kjúklinginn.

2.   Settu grind í innri pottinn á hraðsuðupottinum þínum og bættu vatninu við. Setjið kryddaða kjúklinginn, með bringuna upp, ofan á trivet.

3.   Lokaðu og læstu lokinu og vertu viss um að gufulosunarhnappurinn sé í þéttingarstöðu. Eldið við háþrýsting í 6 mínútur á hvert pund (454 g).

3 pund (1,4 kg) kjúklingur = 18 mínútur

4 punda (1,8 kg) kjúklingur = 24 mínútur

5 punda (2,3 kg) kjúklingur = 30 mínútur

Ef kjúklingurinn þinn er á milli lóða skaltu bæta við 3 mínútum fyrir hvert hálft pund (227 g).

Dæmi: Einn 4 1/2 punda (2 kg) kjúklingur jafngildir 27 mínútum á háum þrýstingi.

4.   Þegar eldunartímanum er lokið, leyfðu náttúrulegri losun í 20 mínútur, færðu síðan þrýstilosunarhnappinn í útblásturstöðu og losaðu alla gufu sem eftir er.

Þegar flotpinninn fellur skaltu opna lokið og opna það varlega.

5.   Ef þú vilt stökka kjúklingahýðina skaltu flytja það yfir á álpappírsklædda ofnplötu eftir að hafa tekið það úr pottinum. Penslið með olíu eða bræddu smjöri og setjið undir grillið í 2 til 4 mínútur.

Afrakstur: 4 skammtar

83. Rækjur og grjón

Hráefni

Fyrir rækjuna

- 1 pund (454 g) rækja, afhýdd og afveguð
- 1 matskeið (3 g) Old Bay krydd (Old Bay er glútenlaust)
- 3 sneiðar reykt beikon, skorið í teninga (Applegate Farms er með beikon)
- 1 meðalstór gulur laukur, saxaður
- 1 rauð eða græn paprika, kjarnhreinsuð, fræhreinsuð og saxuð
- 3 hvítlauksgeirar, saxaðir

- 1/2 bolli (120 ml) kjúklingakraftur

- 1 (14,5 aura, eða 406 g) dós tómatar í teningum

- 2 matskeiðar (30 ml) nýkreistur sítrónusafi

- 1/2 tsk Tabasco eða heit sósa, eftir smekk 1/2 tsk salt

- 1/2 tsk ferskur sprunginn svartur pipar 1/4 bolli (60 ml) þungur rjómi

- 1/4 bolli (25 g) þunnar sneiðar, aðeins grænir hlutar

Fyrir grjónin

- 3/4 bolli (105 g) grjón (eins og Bob's Red Mill gróft maískorn)
- 1 1/2 bollar (355 ml) nýmjólk 1 1/2 bollar (355 ml) vatn 1/2 tsk salt
- 1/2 tsk ferskur malaður svartur pipar
- 2 matskeiðar (28 g) ósaltað smjör

AÐFERÐ

Rækjur

1. Þurrkaðu rækjurnar, stráðu Old Bay kryddinu yfir og settu til hliðar.

2. Ýttu á Sauté á rafmagns hraðsuðupottinum þínum. Þegar innri potturinn er orðinn heitur, bætið þá beikoninu í bita saman við og eldið þar til það er stökkt, 3 til 5 mínútur. Færið beikonið

yfir á pappírsklædda disk, en látið beikondropa vera í pottinum. Bætið lauknum og paprikunni í pottinn og eldið þar til laukurinn er mjúkur og hálfgagnsær, 2 til 3 mínútur. Bætið hvítlauknum út í og eldið í 30 sekúndur til viðbótar, þar til ilmandi.

3. Bætið kjúklingakraftinum út í pottinn og hrærið vel til að losa brúna bita af botninum. Bætið tómötunum og safa þeirra út í, sítrónusafa, heitri sósu, salti og pipar. Hrærið til að blanda saman. Ýttu á Hætta við.

4. Setjið grind í pottinn. Gakktu úr skugga um að botninn á trivetnum sitji fyrir ofan sósuna.

Grjón

1. Í meðalstórri skál úr gleri eða ryðfríu stáli sem passar inn í hraðsuðupottinn þinn, þeytið saman grjónin, mjólk, vatn, salt og pipar. Hyljið skálina með álpappír og krumpið brúnirnar til að loka. Notaðu álpappír og settu skálina varlega á grindina í innri pottinum.

2.　　Lokaðu og læstu lokinu og vertu viss um að gufulosunarhandfangið sé í þéttingarstöðu. Eldið við háþrýsting í 10 mínútur. Leyfðu náttúrulega þrýstingslosun í 15 mínútur, snúðu síðan hnúðnum í loftræstingarstöðu og losaðu þá gufu sem eftir er. Þegar flotpinninn fellur skaltu opna lokið og opna það varlega. Fjarlægðu skálina með grjónunum og settu til hliðar.

3.　　Taktu grindina úr pottinum með því að nota töng. Bætið krydduðu rækjunni í pottinn. Lokaðu og læstu lokinu aftur til að leyfa rækjunum að klára eldun í afgangshitanum,

6 til 8 mínútur.

4.　　Á meðan rækjurnar eru að eldast, bætið smjörinu við grjónin og þeytið þar til smjörið er alveg bráðið og blandan er rjómalöguð.

5.　　Opnaðu hraðsuðupottinn og hrærðu varlega í rækjunni. Ýttu á Hætta við. Ýttu á Sauté, hrærðu svo rjómanum út í rækjublönduna. Hitið þar til það er orðið heitt, hrærið stöðugt í. Ekki sjóða sósuna.

6. Hellið grjónunum með skeið í einstaka framreiðslurétti, settu síðan rækjuna og sósuna ofan á. Skreytið með lauknum og fráteknu beikoni.

Afrakstur: 4 skammtar

DRYKKIR

84. Rósar geranium límonaði

BEIÐUR TIL SMÁLEGA kvart af sírópi til að gefa 2-24 lítra af sítrónu

8 miðlungs sítrónur

½ bolli léttpakkað rósageranium lauf, (7 til 10 lítil blöð)

2 bollar ofurfínn sykur

Rose geranium blóm, til skrauts

LEIÐBEININGAR

Notaðu grænmetisskeljara, fjarlægðu hýðina af sítrónunum í breiðum ræmum, geymdu sítrónurnar. Settu ræmurnar í 2 lítra krukku eða óviðbragðslausa könnu með loki með rósageranium laufunum. Bætið sykrinum út í og maukið hýðina og laufin með sykri til að losa ilmkjarnaolíurnar með því að nota drulluvél eða aftan á tréskeið. Þegar hýðarnir eru húðaðir með sykri, hyljið krukkuna og látið standa yfir nótt við stofuhita. Daginn eftir verður sykurinn blautur og innihaldið situr aðeins neðar í krukkunni.

Safa fráteknu sítrónunum; þú ættir að fá um 2 bolla af safa. Ef þú ert örlítið stuttur skaltu bæta við nægu vatni til að gera 2 bolla. Bætið safanum við sykurinn og berkina, setjið lok á og hristið krukkuna kröftuglega til að leysa upp sykurinn og blandið honum saman við sítrónusafann. Smakkaðu sírópið. Bragðið af rósargeraníunni ætti að vera fíngert. Ef þér líkar það skaltu sía sírópið í gegnum fínmöskju sigti í hreina krukku og geyma í kæli. (Til að fá meira bragð skaltu bæta við nokkrum laufum til viðbótar og láta krukkuna standa yfir nótt í kæli áður en sírópið er síað.)

Til að búa til límonaði skaltu hella jöfnum hlutum síróps og vatni í hátt glas. Taktu sopa og bættu við meira vatni eða sírópi eftir smekk. Berið fram yfir ís, skreytt með nokkrum blómum.

Rose geranium er gamaldags bragð, fullkomið fyrir límonaði. Það getur verið erfitt að finna það nema þú ræktir það sjálfur eða hefur áreiðanlega heimild. Flestar leikskólar bera ilmandi pelargoníur, eða þú getur farið með aðra jurtaviðbót-lavender, basil, sítrónuverbena og rósmarín eru önnur uppáhalds.

85. Jarðarberja sítrónu agua fresca með basil

GERIR UM 2½ QUARTS AGUA FRESCA

1 sítrónu

½ bolli sykur

4 bollar þroskuð jarðarber, stofnuð og helminguð (um 1 pund)

1 bolli léttpakkað fersk basilíkublöð

LEIÐBEININGAR

Notaðu grænmetisskeljara, fjarlægðu sítrónubörkinn og settu hýðina í stóra óviðbragðslausa könnu eða 4-litra krukku með sykrinum. Notaðu muddler eða aftan á tréskeið, stappaðu hýðina með sykrinum til að losa ilmkjarnaolíur þeirra. Setja til hliðar.

Snyrtu blóma- og stilkenda sítrónunnar, fjarlægðu nægilega mikið af börk sem kvoða sýnir. Notaðu beittan skurðarhníf til að skera burt hvítu marina og saxa deigið í litla bita, fjarlægðu fræin eftir því sem þú ferð.

Maukið sítrónudeigið, jarðarberin og basilíkublöðin í blandara með nægu vatni til að losa blönduna, um ½ bolli. Sigtið í gegnum fínmöskju sigti ofan í könnuna með hýðunum og sykri, bætið við að minnsta kosti jafn miklu köldu vatni og maukið er, byrjað á 5 bollum. Hrærið vökvanum saman við sykurinn þar til hann hefur leyst upp, smakkið til og bætið við meiri sykri og vatni eftir smekk. Agua fresca ætti að vera létt, frískandi og varla sætt. Berið fram yfir muldum ís.

86. Sítrónu myntu limonina

GERIR 1 SKÁTT

1 bolli sykur

1 tommu engiferhnúður, afhýddur og rifinn gróft

2 litlar sítrónur

⅓ bolli pakkað fersk myntulauf

1½ bolli mulinn ís eða um 7 ísmolar

LEIÐBEININGAR

Blandið sykrinum saman við 1 bolla af vatni í litlum potti. Látið suðuna koma upp við meðalháan hita og hrærið í af og til. Þegar sykurinn hefur leyst upp bætið þá engiferinu út í og takið pönnuna af hellunni. Skildu engiferið eftir í einfalda sírópinu og láttu það kólna alveg. Ef þú ert bara að búa til 1 eða 2 limonina, þá verður síróp afgangs. Notaðu það til að sæta heitt eða kalt te, eða bæta skvettu við freyðivatn eða límonaði. Það mun halda nokkrar vikur.

Á meðan skaltu snyrta blóma- og stilkenda sítrónanna, fjarlægðu nægilega mikið af börk sem kvoða sýnir. Notaðu beittan skurðarhníf til að skera burt hýði og hvíta maríuna. Setjið hýðið til hliðar til annarra nota. Skerið kvoða í litla bita, fjarlægið fræin eftir því sem þú ferð.

Setjið sítrónudeigið í blandara með myntunni, ½ bolli af engifersírópinu og smá af rifnu engiferinu og ísnum. Blandið saman þar til það er krapi, bætið við vatni ef nauðsyn krefur til að sopa þennan drykk í gegnum strá.

87. Heimabakað limoncello

GERIR UM 8 BOLLA LIMONCELLO

10 sítrónur, helst lífrænar

1 (750 ml) flaska 100 proof vodka

3 bollar sykur

LEIÐBEININGAR

Notaðu grænmetisskeljara, fjarlægðu hýðina af sítrónunum í breiðum ræmum, skera burt alla marina sem eftir er á hýðinu. Setjið ávextina til hliðar til annarra nota. Setjið hýðina í stórt óvirkt ílát og hellið vodkaflöskunni yfir þær. Hyljið ílátið með plastfilmu og geymið það á köldum, dimmum stað eins lengi og þú getur beðið, að minnsta kosti 2 vikur og helst 4 vikur.

Í meðalstórum potti, hitið 4 bolla af vatni að suðu ásamt sykrinum, hrærið stöðugt þar til sykurinn leysist upp. Takið pönnuna af hellunni og kælið alveg. Bætið sykursírópinu út í vodka, setjið lok á og látið limoncelloið standa í 24 klukkustundir. Sigtið blönduna í hreina 2 lítra krukku með loki og fargið sítrónuberkinum. Geymið í frysti.

FRÁBÆR: Fyrir rjómalöguð limoncello, bætið vanillustöng, klofinni og skafaðri, við sítrónuberkina og vodka. Að loknum 2 vikum (eða 4 vikum), láttu 8 bolla af nýmjólk sjóða með 5 bollum af sykri. Látið malla í 5 mínútur þar til sykurinn hefur leyst upp, takið af hellunni og kælið alveg. Bætið mjólkursýrópinu út í vodkann og síið það í glæra flösku eða krukku. Geymið í frysti.

88. Sítrónustangir fyrir fullorðna

GERIR 1 SKÁTT

2 aura heimabakað limoncello eða keypt í verslun

2 aura gin

1 únsa nýkreistur sítrónusafi

5 stór fersk piparmyntublöð

Sítrónutvistur, til skrauts

Club gos eða freyðivatn (valfrjálst)

LEIÐBEININGAR

Fylltu kokteilhristara eða glerkrukku með loki af ísmolum. Bætið limoncello, gini, sítrónusafa og myntulaufum út í. Hristið kröftuglega þar til það er vel kælt. Sigtið og berið fram í martini glasi skreytt með sítrónu ívafi, eða í highball glasi fyllt með ís, fyllt upp með club gosi.

89. Græn-og-sítrónu skot

GERIR 2 SKÓMA

1 sítróna, skorin í fjórða

2 græn epli, eins og Newtown Pippin eða Granny Smith

2 pakkaðir bollar grænkál eða spínatlauf

1 tommu engiferhnappur, afhýddur

LEIÐBEININGAR

Fjarlægðu öll sýnileg fræ úr sítrónufjórðungunum og skerðu eplin (óskræld og kjarnhreinsuð) í bita sem passa í gegnum fóðurrennuna þína. Setjið sítrónuna inn og síðan eplið og grænkálið. Sendið engiferið síðast í gegn og njótið strax.

90. Sítrónu rósmarín bygg vatn

GERIR 2 QUARTS BYGGVATNS

1 bolli perlubygg, vel skolað

4 sítrónur, hýði fjarlægðar með grænmetisskrjálsara, ávaxtasafa, skipt

1 bolli ofurfínn sykur

4 greinar ferskt rósmarín

LEIÐBEININGAR

Blandið bygginu saman við 2 lítra af köldu vatni og helmingnum af sítrónuberkinum í stórum potti. Lokið og látið suðuna koma upp við háan hita. Lækkið hitann að suðu og haltu áfram að elda, að hluta til undir lok, í 30 mínútur, eða þar til byggið er mjúkt en ekki mjúkt.

Á meðan skaltu setja afganginn af hýðinu og sykrinum í stóra krukku með breiðum munni eða óvirka könnu og með því að nota drulluvél eða aftan á tréskeið, maukaðu hýðina með sykrinum til að losa ilmkjarnaolíurnar.

Þegar byggið er soðið, síið byggvatninu ofan í krukkuna og bætið rósmaríninu út í. Hrærið þar til sykurinn leysist upp, smakkið af og til til að meta styrk rósmarínbragðsins. Fjarlægðu greinarnar þegar það bragðast þér vel. Bætið safanum úr 2 eða fleiri sítrónum út í og kælið. Skildu hýðið eftir í krukkunni til að fá meira bragð.

KRYDDINGAR

91. Niðursoðnar sítrónur

GERIR 6 SÍTÓNUR, SKERÐAR Í ÁTTUNDA

1 tugi lítilla sítróna (um 3 pund)

1 bolli gróft sjávarsalt

Extra virgin ólífuolía

LEIÐBEININGAR

Fylltu 1 lítra niðursuðukrukku með sjóðandi vatni. Látið vatnið sitja í 1 mínútu; tæmdu krukkuna og hvolfið henni á hreint handklæði til að þorna. Skerið af og fleygið stilknum og blómstrandi endum 6 af sítrónunum og skerið þær í áttundu eftir endilöngu. Setjið fleyga í óvirka skál. Safa af sítrónunum sem eftir eru; þú ættir að enda með um 1 bolla af safa. Setjið safann til hliðar.

Bætið salti í skálina og kastið sítrónuhlutunum til að hjúpa áður en þeim er pakkað í krukkuna. Þegar þú fyllir krukkuna skaltu bæta við salti úr skálinni og dreifa því jafnt um krukkuna. Hyljið sítrónurnar með safanum og skilið eftir $\frac{1}{2}$ tommu af loftrými á milli safans og óviðbragðsloksins. Látið sítrónurnar standa við stofuhita í viku. Hristið krukkuna á hverjum degi til að dreifa saltinu og safanum aftur. Eftir viku skaltu bæta við olíu til að ná og geyma í kæli í allt að 6 mánuði.

92. Heimalagaður ricotta ostur

GERIR 1 RÍKLEGA BOLLA OST

4 bollar nýmjólk, ekki UHT gerilsneydd og helst lífræn, eins og Organic Valley

1 bolli þungur rjómi (valfrjálst)

½ tsk kosher salt

3 til 4 matskeiðar nýkreistur sítrónusafi

LEIÐBEININGAR

Hitið mjólkina, rjómann og saltið í óvirkum potti yfir meðalháum hita, hrærið af og til til að koma í veg fyrir að hún brenni. Þegar mjólkin mælist 180 gráður F á skyndilesandi hitamæli skaltu fjarlægja pönnuna af hitanum. Bætið sítrónusafanum út í (3 matskeiðar fyrir bara mjólk; 4 matskeiðar fyrir mjólk og rjóma), hrærið einu sinni eða tvisvar og látið blönduna standa ótruflað á meðan osturinn og mysan skilja sig, um það bil 15 mínútur.

Klæðið sigti eða sigti með ostaklút, óbleiktu pappírshandklæði eða stórri kaffisíu. Setjið það yfir skál og hellið skyrinu ofan í sigið. Láttu ricotta renna í þá þykkt sem þú vilt; Mér finnst ricotta-ið mitt vera rjómakennt, svipað og grísk jógúrt. Settu ricotta í hreint ílát í kæli og notaðu það innan 4 til 5 daga.

93. Lemon curd

GERIR UM 1⅓ BOLLAR CURD

1 bolli sykur

¼ bolli gróft saxaður sítrónubörkur (frá 4 meðalstórum sítrónum)

6 eggjarauður

½ bolli nýkreistur sítrónusafi (úr 2 meðalstórum sítrónum)

6 matskeiðar ósaltað smjör, skorið í litla bita

½ tsk kosher salt

LEIÐBEININGAR

Útbúið vatnsbað fyrir skyrið: Fyllið miðlungs pönnu með nokkrum tommum af vatni og látið sjóða. Haltu vatninu sjóðandi við vægan hita á meðan þú eldar ostinn.

Í óvirkri skál sem er nógu lítil til að passa inn í pönnuna með vatninu, þeytið saman sykur, börk og eggjarauður. (Gerðu þetta fljótt: ef þú bíður þá storknar blandan.) Settu skálina yfir pönnuna og þeytið stöðugt þar til sykurinn leysist upp. Bætið sítrónusafanum út í og sjóðið áfram í um það bil 5 mínútur þar til blandan fer að þykkna örlítið. Bætið smjörinu og salti út í, skiptið síðan yfir í spaða og hrærið stöðugt þar til blandan er orðin þykk og ógagnsæ, með samkvæmni á milli jógúrt og sýrðan rjóma, í um það bil 10 mínútur í viðbót. Osturinn mun skrá um það bil 170 gráður F á augnabliklesandi hitamæli.

Sigtið skyrið í gegnum fínmöskju sigti í hreina skál og setjið plastfilmu yfir og setjið beint á yfirborðið til að koma í veg fyrir að húð myndist. Kælið þar til það er stíft, um 1 klst.

94. Sítrónuchutney með döðlum og kóríander

GERIR 2 HALF-PINT KRUKUR

4 sítrónur (um 1 pund)

1 matskeið kosher salt

⅓ bolli fínt saxaður skalottlaukur

¼ bolli nýkreistur sítrónusafi (frá 1 meðalstórri sítrónu)

¼ bolli eplaedik

2 tsk skrældar og rifnar ferskt engifer

1 matskeið gul sinnepsfræ

1 tsk kóríanderfræ, létt ristuð og mulin

½ tsk rauðar piparflögur

1 bolli dökk púðursykur

1 bolli smátt saxaðar döðlur (um 5½ aura)

LEIÐBEININGAR

Fjarlægðu hýðina af sítrónunum með því að nota grænmetisskrjálsara og skera burt allt sem eftir er á hýðinu. Notaðu beittan skurðarhníf til að fjarlægja marina úr sítrónunum. Saxið kvoða og hýði smátt, fargið fræjunum og setjið þau í óvirka skál með salti og öllum safa frá skurðborðinu. Lokið skálinni og látið standa yfir nótt á borðinu.

Daginn eftir skaltu setja innihald skálarinnar í pott sem er ekki hvarfgjarnt ásamt skalottlaukunum. Hrærið sítrónusafa, eplasafi, engifer, sinneps- og kóríanderfræ, piparflögur og púðursykur út í. Látið suðuna koma rólega upp við meðalháan hita og hrærið þar til sykurinn leysist upp.

Bætið döðlunum út í og lækkið hitann að suðu. Haltu áfram að elda við lágan hita, hrærið af og til, þar til blandan er orðin þykk og gljáandi, 45 mínútur til 1 klukkustund.

Kryddið eftir smekk með auka salti, ef þarf. Ef þú ætlar ekki að nota chutneyið innan 2 vikna skaltu hella því í heitar, sótthreinsaðar krukkur og vinna í vatnsbaði samkvæmt leiðbeiningum krukkuframleiðanda. Geymið þau á köldum, dimmum, þurrum stað í allt að eitt ár.

95. Ólífuolía með sítrónu

GERIR 1 BOLLI

2 meðalstórar sítrónur

1 tsk fínt sjávarsalt

1 bolli extra virgin ólífuolía

LEIÐBEININGAR

Fjarlægðu hýðina af sítrónunum með því að nota grænmetisskrjálsara og skera burt allt sem eftir er á hýðinu. Setjið ávextina til hliðar til annarra nota. Þú ættir að hafa um það bil ¼ bolla af hýði. Bætið afhýðunum í stóra mortéli eða óviðbragðsskál. Stráið afhýðunum salti yfir og nuddið hýðina með saltinu þar til það leysist upp með því að nota staut, drulla eða aftan á tréskeið. Bætið einum fjórða af olíunni út í og blandið hýðunum varlega saman við olíuna í 1 mínútu, eða þar til olían er mjög arómatísk. Bætið restinni af olíunni út í, hrærið og hyljið mortélin lauslega með plastfilmu. Leyfið olíunni að streyma við stofuhita í 3 daga áður en hún er síuð í hreina, þurra glerkrukku. Geymið það í kæli eða köldum, dökkum skáp í allt að 6 mánuði.

96. Meyer sítrónu-greipaldinmarmelaði

GERIR 6 PINT KRUKUR

3 stór rauð eða bleik greipaldin (um 3 pund), helst lífræn

4 til 6 Meyer sítrónur (um 1 pund), helst lífrænar

4 bollar sykur

1 vanillustöng, klofin og skafin

LEIÐBEININGAR

Haldið greipaldininu í helming og setjið þá í stóran, óvirkan pott með heilu sítrónunum. Bætið við nógu köldu vatni til að hylja ávextina um nokkrar tommur og látið malla, án loks, þar til ávextirnir eru mjög mjúkir, um það bil 1 klukkustund. (Notaðu tréspjót til að prófa ávextina; hann ætti að stinga auðveldlega í húðina.) Ef sítrónurnar eru tilbúnar á undan greipaldininu skaltu taka þær í skál til að kólna. Þegar greipaldinshelmingarnir eru tilbúnir skaltu setja þá til hliðar til að kólna.

Þegar ávöxturinn er orðinn nógu kaldur til að hægt sé að meðhöndla hann, haltu hálf greipaldins í lófa annarrar hendinnar og vinnðu yfir meðalstóra skál og notaðu skeið til að ausa holdinu og himnunni í skálina og fjarlægðu fræ eftir því sem þú ferð. Notaðu síðan skeiðina til að skafa varlega og farga umfram maríu eða trefjum úr skelinni. Haldið hverri greipaldinskel og skerið hana þversum í ¼ tommu ræmur. Setjið ræmurnar í ílát með loki og geymið í kæli til næsta dags. (Að bæta greipaldinsberkinum við hálft ferli tryggir það að það haldi lögun sinni og haldi smá tuggu.)

Endurtaktu ferlið með sítrónunum, bætið himnunni og hvaða safa eða kvoða sem er í sömu skálina og fjarlægðu fræin eftir því sem þú ferð. Áður en hýðinu er bætt í skálina skaltu fara aftur í gegnum og fjarlægja öll fræ sem þú gætir hafa misst af. Skerið hýðina gróft og bætið þeim í skálina.

Setjið innihald skálarinnar í skál matvinnsluvélar. Unnið þar til ávextirnir og sítrónubörkurinn eru fínt saxaður og færðu þau yfir á koparvörnspönnu eða breiðan pott sem ekki hvarfast. Bætið 3 bollum af köldu vatni, sykrinum og vanillustönginni út í. Látið suðuna koma upp við háan hita, hrærið einu sinni eða tvisvar til að blanda saman innihaldsefnunum. Takið pottinn af hellunni og geymið hann í kæli yfir nótt, vel þakinn.

Næsta dag, bætið fráteknu greipaldinberkinum á pönnuna með ávöxtunum og látið blönduna sjóða, án loks, við háan hita. Eldið við líflega suðu í um það bil 30 mínútur. Í fyrstu mun blandan kúla varlega. Þegar rakinn eldast út og sykurinn einbeitir sér mun hann freyða. Hrærið á nokkurra mínútna fresti eftir að það byrjar að freyða. Bólurnar verða litlar þegar marmelaðið er nálægt því að vera tilbúið, á milli 222 og 225 gráður F. (Settu smá á disk og settu það í kæliskápinn í 3 mínútur. Ef það þykknar eins og sulta er það tilbúið.) Þegar það er búið. sett, takið pottinn af hitanum og fjarlægið yfirborðsfroðu með hreinni skeið. Fjarlægðu og fargaðu vanillustönginni. Hellið marmelaðinu í heitar, sótthreinsaðar krukkur og vinnið í vatnsbaði samkvæmt leiðbeiningum krukkuframleiðanda. Geymið marmelaði á köldum, dimmum, þurrum stað í eitt ár eða lengur.

97. Sælgaðir sítrónubönd

GERIR 20 TIL 24 SYKTAR SKÆL

4 meðalstórar sítrónur, helst lífrænar

2 bollar sykur, auk viðbótar til að húða hýðina

¼ tsk rjómi af tartar, eða 2 msk maíssíróp

LEIÐBEININGAR

Notaðu grænmetisskrjálsara, fjarlægðu hýðina af sítrónunum í ½ til 1 tommu breiðum ræmum, skera burt hvers kyns möl sem eftir er á hýðinu. Skerið hýðið í þynnri ræmur, ef vill, og setjið ávextina til hliðar til annarra nota.

Setjið hýðina í óvirkan pott og hyljið þær með köldu vatni. Látið suðuna koma upp í vatni við meðalháan hita. Sjóðið hýðina í 1 mínútu, skolið af og hyljið með fersku köldu vatni. Endurtaktu tvisvar í viðbót, tæmdu síðan hýðina og fjarlægðu þær á disk.

Notaðu sömu pönnu og láttu suðuna koma upp 1 bolla af vatni ásamt sykri og vínsteinsrjóma, hrærið af og til þar til sykurinn leysist upp. Bætið hýðunum út í sírópið, lækkið hitann í suðu og eldið varlega þar til þær eru hálfgagnsærar, um það bil 1 klukkustund. Leyfið hýðunum að kólna alveg í sírópinu og notið síðan göt til að setja þær yfir á vírgrind sem sett er yfir bökunarplötu. (Kælið sírópið í kæli til annarra nota.) Látið hýðina þorna í nokkrar klukkustundir, eða þar til þær eru klístraðar, en ekki blautar. (Ef þær eru enn blautar, þurrkið þá af sírópinu af með pappírsþurrku.) Dreifið handfylli af sykri á disk og hellið hýðunum út í sykurinn, nokkrum í einu og leggið þær alveg yfir. Geymið hýðið í íláti með þéttu loki í allt að 3 mánuði.

Allar afgangar af sírópinu frá því að sælga sítrónuberkin verða þykkar og ákaflega sætar og geymast endalaust í kæli. Notaðu það sparlega í sætt te, bættu við freyðivatni til að búa til ítalskan gos eða skvettu því í uppáhalds gin- eða vodka kokteilana þína. Það er líka gott að hræra því út í venjulegu jógúrt, hella yfir ferska ávexti eða pensla á smjör- og eggjaríka köku sem er nýkomin úr ofninum.

98. Hvítlauksbúgarðsdressing

HRÁEFNI:

1 tsk hvítlauksduft

2 matskeiðar majónesi

2 tsk Dijon sinnep

2 matskeiðar ferskur sítrónusafi

Salt og nýmalaður svartur pipar eftir smekk

LEIÐBEININGAR

Blandið öllu hráefninu saman í salatskál.

Hrærið með salati og berið fram.

99. Sítrus vinaigrette

HRÁEFNI:

1 matskeið ferskur sítrónusafi

1 msk ferskur lime safi

1 matskeið ferskur appelsínusafi

1 tsk hrísgrjónavín edik

3 matskeiðar extra virgin ólífuolía

½ tsk sykur

Salt og nýmalaður svartur pipar eftir smekk

LEIÐBEININGAR

Blandið öllu hráefninu saman í stóra salatskál. Setjið salatblöð ofan á dressinguna.

Kasta rétt áður en borið er fram.

100. Lemon curd

GERIR UM 460 G (2 BOLLAR)

Hráefni

- 3 sítrónur, skrældar
- 100 g sykur [½ bolli]
- 4 egg
- 1 gelatínblaða
- 115 g smjör, mjög kalt [8 matskeiðar (1 stafur)]
- 2 g kosher salt [½ teskeið]

Leiðbeiningar

a) Kreistið 80 g (⅓ bolla) safa úr sítrónunum.

b) Setjið sykurinn, sítrónubörkinn og sítrónusafann í blandara og blandið þar til sykurkornin hafa leyst upp. Bætið eggjunum út í og blandið saman við lágan hita. Flyttu innihald blandarans yfir í meðalstóran pott eða pott. Hreinsaðu blöndunarhylkið.

c) Blómaðu gelatínið.

d) Hitið sítrónublönduna við lágan hita, þeytið reglulega. Þegar það hitnar mun það byrja að þykkna; fylgist vel með. Þegar það sýður skaltu taka það af hellunni og setja það yfir í blandarann. Bætið blómstrandi matarlíminu, smjörinu og salti saman við og blandið þar til blandan er þykk, glansandi og ofurslétt.

e) Hellið blöndunni í gegnum fínmöskju sigti í hitaþolið ílát og setjið í ísskáp þar til sítrónukremið hefur kólnað alveg, að minnsta kosti 30 mínútur.

NIÐURSTAÐA

Sítrónur eru alltaf fáanlegar, en þú gætir hafa tekið eftir því að sítrus er best yfir vetrarmánuðina, þegar nærvera hans í ríkulegum rétti er mest umbreytandi og jafnvægi. Sterkt, tært bragð sítrónunnar sker í gegnum þungann af feitum matnum sem við gefum okkur yfir hátíðirnar og besta marmelað er búið til með vetrarávöxtum. En sítrónur hafa viðvarandi persónuleika sem gerir þeim kleift að gegna leiðandi en þó fyllingarhlutverki allt árið, þegar þær eru paraðar við viðkvæmara hráefni eins og vorgrænmeti, sumarber og egg og rjóma.

Svo hvað hæfir rétt til að vera með í sítrónumatreiðslubók? Það var eitthvað sem ég spurði sjálfan mig oft þegar ég þróaði þessar uppskriftir. Sumar innihalda heilar sítrónur – hýði, kvoða og maríur – og tilkynna stolt: „Ég er sítróna, heyrðu mig öskra. Aðrir fá bragðmikið af berki ávaxtanna og ilmkjarnaolíum hans. Enn aðrir eru ótrúlega auknir með einfaldri, skynsamlegri kreistingu af sítrónu. Hressandi og fjölhæfar, sítrónur eiga sinn stað í drykkjum okkar, á pizzum okkar og við morgunverðarborðin. Afhýðið og safa af þeim, já, en steikið, grillið og varðveitið líka. Og þegar vorið kemur, stingið einn með piparmyntustangi; Ég ábyrgist að það mun fá þig til að rífast — og brosa.

www.ingramcontent.com/pod-product-compliance
Lightning Source LLC
Chambersburg PA
CBHW070501120526
44590CB00013B/718